જ્યોતિષીઓએ સત્ય જ કહ્યું હતું - ચણી ! આવું બાળક તો સૈકાઓ પછી કોઈ નસીબદારના ઘરે જન્મે છે, સુખ તો આની ચારે બાજુએ નર્તકીઓની જેમ નૃત્ય કરશે. વૈભવ આની આગળ આગળ સેવકોની જેમ પથરાતાં જશે અને મહામાત્ય હોવા છતાં પણ આ યુગપુરુષ કહેવાશે. એટલું જ નહીં મહાપંડિત બનશે. આ સમાજને એક નવી વ્યવસ્થા આપશે અને આખાય આર્યાવર્ત પર પોતાની રાજ્ય વ્યવસ્થા સ્થાપિત કરશે. આ બાળક પોતાની આંગળીના ઈશારા માત્રથી વિદેશી સામ્રાજ્યના મૂળ હચમચાવી દેશે. એ જ ચક્રવર્તી રાજા જાહેર કરશે અને ભારતનું ગૌરવ વધારશે. એ જ બાળક 'ચાણક્ય'ના નામથી પ્રખ્યાત થયો.

જેણે ભારતીય અર્થવ્યવસ્થા, રાજનૈતિક, શિક્ષણ અને સામાજિક વ્યવસ્થાને સુનિયોજિત બનાવી રાખવા માટે એક શ્રેષ્ઠ બૌદ્ધિક પરંપરાને જન્મ આપ્યો. પોતાની કૂડકપટ નીતિઓથી શત્રુઓને કાબૂ કર્યા. પોતાની પ્રતિભાથી સંસ્કૃત સાહિત્યને અત્યંત મહત્ત્વપૂર્ણ બનાવ્યો. પોતાની સંપૂર્ણ જીવનશૈલીને બીજાના શિક્ષાર્થે ઉપસ્થિત કર્યું. જેણે આજીવન ચારિત્ર્ય, સ્વાભિમાન અને કર્તવ્યપરાયણાને પ્રાધાન્ય આપ્યું, એ જ શ્રેષ્ઠ પુરુષનું નામ 'ચાણક્ય' છે.

ચાણક્ય નીતિ

(ચાણક્ય સૂત્ર સહિત)

આચાર્ય રાજેશ્વર મિશ્ર

ગુજરાત પુસ્તકાલય સ. સ. મંડળ લિ.

૧૧, ઈલોરા કોમર્શીયલ સેન્ટર, પહેલો માળ, રીલીફ સીનેમા પાછળ.

સવાપસ રોડ, અમદાવાદ–૩૮૦ ૦૦૧

ફોન : ૨૫૫૦ ૬૯૭૩

ડાયમંડ બુક્સ

© Publisher

પ્રકાશક	:	ડાયમંડ પોકેટ બુક્સ પ્રા.લિ.
		X-30, ઓખલા ઇંડસ્ટ્રિયલ એરિયા, ફેઝ-II,
		નવી દિલ્હી-110020
ફોન	:	40712200
ઈ-મેઇલ	:	sales@dpb.in
વેબસાઇટ	:	www.diamondbook.in

CHANAKYA NITI (CHANAKYA SUTRA SAHIT)

ચાણક્યનું નામ આજે કોણ નથી જાણતું ! જેણે ભારતીય અર્થવ્યવસ્થા, રાજનૈતિક વ્યવસ્થા, શિક્ષણ વ્યવસ્થા અને સામાજિક વ્યવસ્થાને સુનિયોજિત બનાવવા માટે એક શ્રેષ્ઠ બૌદ્ધિક પરંપરાને જન્મ આપ્યો. જેણે પોતાની કૂડકપટનીતિઓથી શત્રુઓને કાબૂ કર્યા. જેણે પોતાની પ્રતિભાથી સંસ્કૃત સાહિત્યને અત્યંત મહત્ત્વપૂર્ણ બનાવ્યું. જેણે પોતાની સંપૂર્ણ જીવનશૈલીને બીજાના શિક્ષાર્થે ઉપસ્થિત કર્યુ. પોતે ચક્રવર્તી રાજા ન બનીને ચંદ્રગુપ્તને ચક્રવર્તી રાજા બનાવ્યા. જેણે ચારિત્ર્ય, સ્વાભિમાન અને કર્તવ્યપરાયણતાને પ્રધાનતા આપી, એ જ શ્રેષ્ઠ પુરુષનું નામ 'ચાણક્ય' છે.

ચાણક્યનો જન્મકાળ લગભગ ત્રીજા સૈકાં ઈસાપૂર્વ માનવામાં આવે છે. તેમના પિતાનું નામ 'ચણક' હતું. તેમનો જન્મ મગધ સામ્રાજ્યના કુસુમપુર ગામ (પટણા)માં થયો હતો. તે વખતે નંદવંશનું સામ્રાજ્ય હતું. ચાણક્ય જન્મથી બ્રાહ્મણ, રંગથી શ્યામ તથા તેમના ચહેરા પર સૌમ્યતા હતી. વિદ્વાનોના લક્ષણથી ભરપૂર ચાણક્યનો જયારે જન્મ થયો હતો ત્યારે જ જ્યોતિષિઓએ પિતા ચણકને એ બધું જ જણાવી દીધું હતું. "ચણી ! આવું બાળક તો સૈકાંઓ પછી કોઈ નસીબદારના ઘરે જન્મે છે, વૈભવ આની આગળ-આગળ સેવકોની જેમ ચાલશે અને મહામાત્ય હોવા છતાં યુગપુરુષ કહેવાશે. એટલું જ નહીં મહાપંડિત બનશે. આ સમાજને એક નવી વ્યવસ્થા આપશે અને આખાય આર્યાવર્ત પર પોતાની રાજ્ય વ્યવસ્થા સ્થાપિત કરશે. આ બાળક પોતાની આંગળીના ઈશારા માત્રથી વિદેશી સામ્રાજ્યના મૂળ હચમચાવી દેશે, એ જ ચક્રવર્તી રાજા જાહેર કરશે અને ભારતનું ગૌરવ વધારશે." આ બધું જ સત્ય સાબિત થયું.

અત્યંત તીક્ષ્ણ બુદ્ધિ હોવાના કારણે અથવા 'ચણક'થી ઉત્પન્ન થવાના કારણે તેમનું નામ 'ચાણક્ય' પડ્યું. તેઓ બુદ્ધિથી તીક્ષ્ણ, સંકલ્પના પાક્કા, પ્રતિભાના સ્વામી, દીર્ઘદષ્ટિવાળા તથા યુગનિર્માતા હતા. તેમના જીવનનો

વાતોને દમદાર બનાવવા માટે આ ઉપદેશયુક્ત નીતિવચનોની સહાયતા લે છે. આ નીતિઓ હકીકતમાં બહુ દમદાર છે અને જીવનને સુનિયોજિત રીતે જીવવા માટે સાચો માર્ગ બતાવે છે આ નીતિઓના પાલન કરવાથી જીવનમાં (કોઈપણ ક્ષેત્રમાં) હારનું મોં નથી જોવું પડતું.

સૂત્ર : 'ચાણક્ય સૂત્ર' ખરેખર એ સુવાક્યો છે, જેને યાદ કરવા કોઈ મુશ્કેલ કામ નથી. આ એવા સૂત્રો છે જે દરેક પળે જીવનના દરેક વળાંક પર ગુરુમંત્રનું કામ કરે છે, સામ-દામ-દંડ-ભેદની સાચી વ્યાખ્યા આપીને આપણને જીવન જીવવાની શ્રેષ્ઠ કલા પ્રદાન કરે છે. આ પુસ્તકમાં સરળ શબ્દો દ્વારા થોડાં શબ્દોમાં સ્પષ્ટ વાત કહેવામાં આવી છે.

૩/૭, એન.સી.ઈ.આર.ટી.   આચાર્ય રાજેશ્વર મિશ્ર

નવી દિલ્લી-૧૧૦૦૧૬

અનુક્રમણિકા

ચાણક્ય નીતિ

ચાણક્ય નીતિ

ઈશ્વર પ્રાર્થના -

प्रणम्य शिरसा विष्णुं त्रैलोक्याधिपतिं प्रभुम् ।
नाना शास्त्रोद्धृतं वक्ष्ये राजनीति समुच्चयम् ॥१॥

ત્રણે લોક (સ્વર્ગ, પૃથ્વી, પાતાળ)ના સ્વામી ભગવાન વિષ્ણુના ચરણોમાં મારું માથું નમાવી પ્રણામ કરીને અનેક શાસ્ત્રોમાંથી લીધેલા રાજનીતિના સંગ્રહનું વર્ણન કરું છું.

સારો મનુષ્ય કોણ -

अधीत्येदं यथाशास्त्र नरो जानाति सत्तमः ।
धर्मोपदेशविख्यातं कार्याऽकार्याशुभाशुभम् ॥२॥

ધર્મનો ઉપદેશ આપનારા, કાર્ય-અકાર્ય, શુભ-અશુભને બતાવનાર આ નીતિશાસ્ત્રને વાંચીને જે યોગ્ય રૂપમાં આને જાણે છે, તે જ શ્રેષ્ઠ મનુષ્ય છે.

રાજનીતિ : વિશ્વશાંતિ માટે -

तदहं सम्प्रवक्ष्यामि लोकानां हितकाम्यया ।
येन विज्ञान मात्रेण सर्वज्ञत्वं प्रपद्यते ॥३॥

હું (ચાણક્ય) લોકોની ભલાઈની ઈચ્છાથી અર્થાત્ લોકોના હિત માટે રાજનીતિના એ રહસ્યવાળા પક્ષને રજૂ કરીશ, જેને ફક્ત જાણી લેવાથી જ વ્યક્તિ પોતાને સર્વજ્ઞ (બધું જાણનાર) સમજી શકે છે.

શિક્ષા : સુપાત્રની -

मूर्खशिष्योपदेशेन दुष्टास्त्रीभरणेन च ।
दुःखितैः सम्प्रयोगेण पण्डितोऽप्यवसीदति ॥४॥

મૂર્ખ શિષ્યને ભણાવવાથી, ઉપદેશ આપવાથી, અધમ સ્ત્રીનું ભરણ-પોષણ કરવાથી તથા દુઃખી લોકોનો સંગાથ કરવાથી વિદ્વાન (જ્ઞાની) વ્યક્તિ પણ દુઃખી થાય છે. સાધારણ વ્યક્તિની તો વાત જ શી કરવી ?

મૃત્યુના કારણોથી બચો -

दुष्टा भार्या शठं मित्रं भृत्यश्चोत्तरदायकः ।
ससर्पे गृहे वासो मृत्युरेव न संशयः ॥५॥

અધમ પત્ની, લુચ્ચો મિત્ર, સાચો જવાબ આપનાર સેવક તથા સાપવાળા ઘરમાં

आत्मानं सततं रक्षेद् दारैरपि धनैरपि ॥६॥

સંકટના સમય માટે ધનની રક્ષા કરવી જોઈએ. ધનથી વધુ પત્નીની રક્ષા કરવી જોઈએ. પરંતુ આત્મરક્ષાનો પ્રશ્ન સામે આવે ત્યારે ધન અને પત્નીની કુરબાની પણ કરવી પડે તો પણ ચૂકવું નહીં.

आपदर्थे धनं रक्षेच्छ्रीमतां कुतः किमापदः ।
कदाचिच्चलिता लक्ष्मी संचिताऽपि विनश्यति ॥७॥

આપદાના સમય માટે ધનની રક્ષા કરવી જોઈએ. પરંતુ ધનવાનનું આપદા શું બગાડશે ? અર્થાત્ ધનવાન પર આપત્તિ ક્યાં આવે છે ? તો સવાલ એ ઊભો થાય છે કે લક્ષ્મી તો ચંચળ હોય છે, ખબર નહીં ક્યારે નાશ (નષ્ટ) પામે, જો આમ જ છે તો કદાચ ભેગું કરેલું ધન પણ નષ્ટ થઈ શકે છે.

આ સ્થાનો પર ના રહો -

यस्मिन् देशे न सम्मानो न वृत्तिर्न च बान्धवाः ।
न च विद्यागमोऽप्यस्ति वासस्तत्र न कारयेत् ॥८॥

જે દેશમાં સન્માન ન હોય, જ્યાં કોઈ આજીવિકા ન મળે, જ્યાં આપણો કોઈ ભાઈ-બંધું ના રહે તો હોય અને જ્યાં વિદ્યા અભ્યાસ સંભવ ન હોય, એવી જગ્યાએ ન રહેવું જોઈએ. અર્થાત્ જે દેશ અથવા શહેરમાં નીચે પ્રમાણેની સગવડ ન હોય, તેવા સ્થાનને રહેવાનું સ્થાન ન બનાવવું જોઈએ. જ્યાં કોઇ પણ વ્યક્તિનું સન્માન ન થાય.

★ જ્યાં વ્યક્તિને કોઇ કામ ન મળી શકે.
★ જ્યાં આપણા કોઈ સગાં-વહાલાં અથવા પરિચિત વ્યક્તિ ન રહેતા હોય.
★ જ્યાં વિદ્યા મેળવવા માટેના સાધન ન હોય, અર્થાત્ જ્યાં સ્કૂલ, કોલેજ અથવા પુસ્તકાલય વગેરે ન હોય.

धनिः श्रोत्रियो राजा नदी वैद्यस्तु पञ्चमः ।
पञ्च यत्र न विद्यन्ते न तत्र दिवसे वसेत ॥९॥

જ્યાં કોઇ શેઠ, વેદ જાણનાર વિદ્વાન ન હોય, રાજા અને વૈદ્ય ના હોય, જ્યાં કોઈ નદી ના હોય, આ પાંચ સ્થાનો પર એક દિવસ પણ ન રહેવું જોઈએ. અર્થાત્ આ સ્થાનો (જગ્યાઓ) પર એક દિવસ પણ ન રહેવું જોઈએ.

★ જે શહેરમાં કોઇ પણ ધનવાન વ્યક્તિ ન હોય.
★ જે દેશમાં વેદોને જાણનાર વિદ્વાન ન હોય.
★ જે દેશમાં રાજા અથવા સરકાર ન હોય.
★ જે શહેર અથવા ગામમાં કોઇ વૈદ્ય (ડોકટર) ન હોય.

આચાર્ય ચાણક્ય કહે છે કે જે સ્થાન પર (જગ્યાએ) આજીવિકા ન મળે, લોકોમાં ભય, લાજ, ઉદારતા-હૃદયતા તથા દાન આપવાની પ્રવૃત્તિ ન હોય, આવી પાંચ જગ્યાઓને પણ મનુષ્યે પોતાના રહેવા માટે પસંદ ન કરવી જોઈએ. આ પાંચ વસ્તુઓને વિસ્તારપૂર્વક બતાવતાં કહે છે કે જ્યાં નીચે લખ્યા પ્રમાણેની પાંચ વસ્તુ ન હોય, તે સ્થાનથી કોઇ સંબંધ ન રાખવો જોઈએ.

★ જ્યાં ધંધો-વેપારનું કોઈ સાધન અથવા આજીવિકા કે વેપારની સ્થિતિ ન હોય.
★ જ્યાં લોકોમાં લોકલાજ અથવા કોઈ પણ પ્રકારનો ભય ન હોય.
★ જે સ્થાન પર પરોપકારી લોકો ન હોય અને જે લોકોમાં ત્યાગની ભાવના ન હોય.
★ જ્યાં લોકોમાં સમાજ અથવા કાનૂનનો કોઈ ભય ન હોય.
★ જ્યાંના લોકો દાન આપવાનું જાણતા ન હોય.

ઓળખાણ સમય પર થાય છે -

जानीयात्प्रेषणेभृत्यान् बान्धवान् व्यसनाऽऽगमे ।
मित्रं याऽऽपत्तिकालेषु भार्यां च विभवक्षये ॥११॥

આચાર્ય ચાણક્ય સમય આવી પડે ત્યારે સંબંધીઓની પરીક્ષાના સંદર્ભમાં કહે છે - કોઈ મહત્ત્વપૂર્ણ કાર્ય પર મોકલતી વખતે સેવકને ઓળખી શકાય છે. દુઃખના સમયમાં ભાઈ-બંધુ-સ્વજનની, સંકટના સમયે મિત્રની તથા ધન નષ્ટ થઈ જાય ત્યારે પત્નીની પરીક્ષા થાય છે.

आतुरे व्यसने प्राप्ते दुर्भिक्षे शत्रुसंकटे ।
राजद्वारे श्मशाने च यः तिष्ठति स बान्धवः ॥१२॥

અહીં આચાર્ય ચાણક્ય ભાઈ-બંધુ, મિત્રો અને કુટુંબીજનોની ઓળખાણ બતાવીને કહે છે કે રોગની દશામાં - જ્યારે કોઈ બીમાર હોય ત્યારે, કસમયે શત્રુથી ઘેરાઈ જાય ત્યારે, રાજકાર્યમાં મદદગારના રૂપે તથા મૃત્યુ પર મસાણે લઈ જનાર વ્યક્તિ સાચો મિત્ર તથા બંધુભાઈ છે.

હાથમાં આવેલી વસ્તુને ન ગુમાવો -

यो ध्रुवाणि परित्यज्य ह्यध्रुवं परिसेवते ।
ध्रुवाणि तस्य नश्यन्ति चाध्रुवं नष्टमेव तत् ॥१३॥

આચાર્ય ચાણક્ય કહે છે કે જે નિશ્ચયને છોડીને અનિશ્ચયનો સહારો લે છે, તેનો

'ન ઘરનો ન ઘાટનો' જેવી સ્થિતિનો શિકાર થઈ જાય છે.

વિવાહ સંબંધ બરાબરીમાં જ શોભા આપે છે -

वरयेत्कुलजां प्राज्ञो निरुपामपि कन्यकाम् ।
रूपवतीं न नीचस्य विवाहः सदृशे कुले ॥१४॥

આચાર્ય ચાણક્ય વિવાહના સંદર્ભમાં રૂપ અને કુળમાં શ્રેષ્ઠતા કુળને આપીને કહે છે કે બુદ્ધિશાળી મનુષ્યે કન્યા રૂપવાન ન હોય તો પણ કુળવાન કન્યા જોડે લગ્ન કરી લેવા જોઈએ, પરંતુ નીચ કુળની કન્યા જો રૂપવાન તથા શીલવાન હોય તો પણ, તેના જોડે લગ્ન ન કરવા. કારણ કે વિવાહ સમાન કુળમાં જ કરવા જોઈએ.

જોઈ-પારખીને ભરોસો કરો -

नखीनां च नदीनां च श्रृंगीणां शस्त्रपाणिनाम् ।
विश्वासो नैव कर्तव्यः स्त्रीषु राजकुलेषु च ॥१५॥

આચાર્ય ચાણક્ય અહીં વિશ્વસનીયતાના લક્ષણોની ચર્ચા કરીને કહે છે કે લાંબા નખવાળા હિંસક જાનવરો, નદીઓ, મોટા શિંગડાવાળા જાનવરો, શસ્ત્રધારીઓ, સ્ત્રીઓ અને રાજ-પરિવારોનો ક્યારેય વિશ્વાસ ન કરવો જોઈએ. કારણ કે આ બધા ક્યારે પ્રહાર કરી દે, દગો કરે તેનો કોઈ ભરોસો નહીં.

સત્વને ગ્રહણ કરો -

विषादप्यमृतं ग्राह्यममेध्यादपि कांचनम् ।
नीचादप्युत्तमां विद्यां स्त्रीरत्नं दुष्कुलादपि ॥१६॥

આચાર્ય ચાણક્ય અહીં સાધ્યનું મહત્ત્વ દર્શાવીને સાધનને ગૌણ માનીને કહે છે કે વિષમાંથી પણ અમૃત તથા ગંદકીમાંથી પણ સોનુ લઈ લેવું જોઈએ. નીચ વ્યક્તિ પાસેથી પણ ઉત્તમ વિદ્યા લઈ લેવી જોઈએ અને અધમ કુળમાંથી પણ સ્ત્રી રત્નને લઈ લેવું જોઈએ.

અમૃત અમૃત છે, જીવનદાયી છે. આથી વિષમાં પડેલા અમૃતને લઈ લેવું જ યોગ્ય હોય છે. સોનુ જો ક્યાંય ગંદકીમાં પણ પડ્યું હોય તો તને ઉપાડી લેવું જોઈએ. સારું જ્ઞાન અથવા વિદ્યા કોઈ નીચ (અધમ) કુળવાળા વ્યક્તિ પાસેથી મળે તો પણ ખુશીથી ગ્રહણ કરી લેવું જોઈએ. એ જ પ્રકારે જો પાપી કુળમાં પણ કોઇ ગુણવાન, ચારિત્ર્યવાન શ્રેષ્ઠ કન્યા હોય, તો તેનો સ્વીકાર કરી લેવો જોઈએ.

આચાર્ય ચાણક્ય અહીં પુરુષોની અપેક્ષાએ સ્ત્રીઓની ક્રિયાવૃત્તિની તુલના કરતાં કહે છે કે સ્ત્રીઓમાં ભોજન બમણું, લાજ ચાર ગણી, સાહસ છ ગણું તથા કામોત્તેજના (સંભોગની ઈચ્છા) આઠ ગણી હોય છે.

દ્વિતીય અધ્યાય

સ્ત્રીઓના સ્વાભાવિક દોષ -

अमृतं साहसं माया मूर्खत्वमतिलोभिता ।
अशौचत्वं निर्दयत्वं स्त्रीणां दोषाः स्वभावजाः ॥१॥

અહીં આચાર્ય ચાણક્ય સ્ત્રીઓના સ્વભાવ પર ટિપ્પણી કરતાં કહે છે કે જૂઠું બોલવું, હિમ્મત, છળકપટ, મૂર્ખતા, અત્યંત લોભ, અપવિત્રતા અને ક્રૂરતા- આ સ્ત્રીઓના સ્વાભાવિક દોષ છે. અર્થાત્ સ્ત્રીઓમાં આ પ્રવૃત્તિ જન્મથી જ હોય છે.

જીવનના સુખ ભાગ્યશાળીને મળે છે -

भोज्यं भोजनशक्तिश्च रतिशक्ति वरांगना ।
विभवो दानशक्तिश्च नाऽल्पस्य तपसः फलम् ॥२॥

અહીં આચાર્ય ચાણક્ય કહે છે કે ખાદ્ય પદાર્થ, ભોજનશક્તિ, કામશક્તિ, સુંદર સ્ત્રી, ઐશ્વર્ય તથા દાનશક્તિ આ બધા સુખ કોઈ અલ્પ (થોડી) તપસ્યાના ફળ નથી હોતા. અર્થાત્ સુંદર ખાવા-પીવાની વસ્તુઓ મળે અને જીવનની અંતિમ ઘડી સુધી ખાવા-પચાવવાની શક્તિ ટકી રહે. સ્ત્રીથી સંભોગની ઈચ્છા થતી રહે તથા સુંદર સ્ત્રી મળે, ધનસંપત્તિ હોય અને દાન આપવાની ટેવ પણ હોય. આ બધા સુખ કોઈ ભાગ્યશાળીને જ મળે છે, પૂર્વ જન્મમાં અખંડ તપસ્યાથી જ આવું સૌભાગ્ય મળે છે.

જીવન-સુખમાં જ સ્વર્ગ છે -

यस्य पुत्रो वशीभूतो भार्या छन्दानुगामिनी ।
विभवे यस्य सन्तुष्टिस्तस्य स्वर्ग इहैव हि ॥३॥

આચાર્ય ચાણક્ય કહે છે કે જેનો પુત્ર વશમાં હોય, પત્ની વેદોના માર્ગ પર ચાલનારી હોય એ જે પોતાની ધન-સંપત્તિથી સંતુષ્ટ હોય, તેના માટે આ જ સ્વર્ગ છે. અભિપ્રાય એ છે કે જે મનુષ્યનો પુત્ર આજ્ઞાકારી હોય છે. દરેક પ્રકારે કહ્યું માનનારો હોય છે, પત્ની ધાર્મિક અને ઉત્તમ ચાલચલગત વાળી હોય છે,

કારણ કે પુત્ર આજ્ઞાકારી હોય, સ્ત્રી પતિવ્રતા હોય અને મનુષ્ય ધન પ્રત્યે લોભલાલચ રાખનારો ન હોય અથવા મનમાં સંતોષ હોવો જ સ્વર્ગના મળનારા સુખના સમાન છે.

સાર્થકતામાં જ સંબંધનું સુખ -

ते पुत्रा ये पितुर्भक्ताः सः पिता यस्तु पोषकः ।
तन्मित्रं यत्र विश्वासः सा भार्या या निवृत्ति ॥४॥

આચાર્ય ચાણક્યનું કહેવું છે કે પુત્ર એ જ છે, જે પિતાનો ભક્ત હોય, પિતા એ જ છે, જે પોષક હોય, મિત્ર એ જ છે, જે વિશ્વાસપાત્ર હોય, પત્ની એ જ છે, જે હૃદયે સુખ - આનંદ આપે.

દુષ્ટ મિત્રોનો ત્યાગ કરો -

परोक्षे कार्यहन्तारं प्रत्यक्षे प्रियवादिनम् ।
वर्जयेत्तादृशं मित्रं विषकुम्भं पयोमुखम् ॥५॥

આચાર્ય ચાણક્ય કહે છે કે પીઠ પાછળ કામ બગાડનાર તથા પ્રત્યક્ષ (સામે) પ્રિય બોલનાર મિત્રને મોં પાસે દૂધ રાખેલા વિષના ઘડાની સમાન ત્યજી દેવો જોઈએ.

न विश्वसेत्कुमित्रे च मित्रे चापि न विश्वसेत् ।
कदाचित्कुपितं मित्रं सर्वं गुह्यं प्रकाशयेत् ॥६॥

આચાર્ય ચાણક્ય કહે છે કે અધમ-પાપી મિત્ર પર ક્યારેય પણ વિશ્વાસ ન કરવો જોઈએ અને પૂર્ણ રીતે મિત્ર પર પણ વિશ્વાસ ન કરવો જોઈએ. કોઈક વખતે ક્રોધ આવે ત્યારે મિત્ર પણ તમારી ગુપ્ત વાતો બધાને બતાવી શકે છે.

મનના ભાવને ગુપ્ત રાખો -

मनसा चिन्तितं कार्यं वाचा नैव प्रकाशयेत् ।
मन्त्रेण रक्षयेद् गूढं कार्यं चाऽपि नियोजयेत् ॥७॥

આચાર્ય ચાણક્ય કહે છે કે મનમાં વિચારેલા કાર્યને મોં થી બહાર ન કાઢવા જોઈએ અર્થાત્ કોઈને જણાવવું ન જોઈએ. મંત્રને સમાન ગુપ્ત રાખીને આની રક્ષા કરવી જોઈએ. ગુપ્ત રાખીને જ એ કામને કરવું પણ જોઈએ.

પરાધીનતા -

कष्टं च खलु मूर्खत्वं कष्टं च खलु यौवनम् ।

દુઃખી કરે છે. ઈચ્છાઓ પૂરી ન થાય તો પણ દુઃખ અને કોઈ ભલું બુરું કામ થઈ જાય, તો પણ દુઃખ. આ બધા દુઃખોથી મોટું દુઃખ છે - પારકા ઘરમાં રહેવાનું દુઃખ.

સાધુ પુરૂષ -

शैलेशैले न माणिक्यं मौक्तिक्यं न गजे गजे ।
साधवोन हि सर्वत्र चन्दनं न वने वने ।।९।।

આચાર્ય ચાણક્યે કહ્યું છે કે ન દરેક પર્વત પર મણિ-માણિક્ય જ પ્રાપ્ત થાય છે, ન દરેક હાથીના મસ્તકથી મુક્તા-મણિ પ્રાપ્ત થાય છે. સંસારમાં મનુષ્યની કમી ન હોવા છતાં પણ સાધુ પુરુષ દરેક જગ્યાએ નથી મળતા. એ જ રીતે દરેક જંગલમાં ચંદનના વૃક્ષ ઉપલબ્ધ નથી હોતા.

પુત્ર પ્રત્યેનું કર્તવ્ય -

पुनश्च विविधैः शीलैर्नियोज्या सततं बुधैः ।
नीतिज्ञा शीलसम्पन्नाः भवन्ति कुलपूजिताः ।।१०।।

આચાર્ય ચાણક્ય અહીં પુત્રના સંબંધમાં ઉપદેશ આપતાં કહે છે કે બુદ્ધિશાળી લોકોનું કર્તવ્ય છે કે પુત્રને હંમેશાં વિવિધ પ્રકારના સદાચારની શિક્ષા આપે. નીતિજ્ઞ, સદાચારી પુત્ર જ કુળમાં પૂજવા યોગ્ય હોય છે. અર્થાત્ પિતાની સૌથી મોટી ફરજ છે કે પુત્રને સારી શિક્ષા આપે. કારણ કે નીતિજ્ઞ અને સદાચારથી સંપન્ન પુત્ર જ કુળમાં સન્માન મેળવે છે.

माता शत्रुः पिता वैरी येनबवालो न पाठिता ।
न शोभते सभामध्ये हंसमध्ये वको यथा ।।११।।

અહીં આચાર્ય ચાણક્ય શિક્ષા ભણી માતા-પિતાના કર્તવ્ય માટે ઉપદેશ આપતાં કહે છે કે બાળકને ન ભણાવનારી માતા શત્રુ તથા પિતા વેરીના સમાન હોય છે. અભણ વ્યક્તિ ભણેલા લોકોની વચ્ચે હંસની વચ્ચે કાગડાની સમાન શોભા નથી દેતા.

लालनाद् बहवो दोषास्ताडनाद् बहवो गुणाः ।
तस्मात्पुत्रं च शिष्यं च ताडयेन्न तु लालयेत् ।।१२।।

આચાર્ય ચાણક્ય બાળકના પાલન-પોષણમાં લાડપ્રેમના સંદર્ભમાં તેના પ્રમાણ અને સાર વિશે ઉપદેશ આપતાં કહે છે કે વધુ પડતા લાડથી અનેક દોષ તથા મારવાથી ગુણ આવે છે. આથી પુત્રને અને શિષ્યને લાલનની નહીં તાડન (માર)ની આવશ્યકતા હોય છે.

અહીંયા આચાર્ય સ્વાધ્યાયનું મહત્ત્વ બતાવીને કહે છે કે, વ્યક્તિએ કોઈ એક શ્લોકનો અથવા તેનાથી અડધાનો કે પછી એક જ અક્ષરનું યોગ્ય રીતે મનન કરવું જોઈએ. મનન, અભ્યાસ, દાન વગેરે કાર્ય કરીને દિવસને સાર્થક કરવો જોઈએ.

વધારે મોહ-માયા ખતરનાક છે -

કાન્તાવિયોગ સ્વજનાપમાનો ઋણસ્ય શેષ: કુનૃપસ્ય સેવા ।
દરિદ્રભાવો વિષયા સભા ચ વિનાગ્નિમેતે પ્રદહન્તિ કાયમ્ ॥૧૪॥

અહીં આચાર્ય જીવનમાં છોડી દેવા યોગ્ય સ્થિતિઓ પર વિચાર કરતાં કહે છે કે પ્રિયતમનો પત્નીથી વિયોગ, પોતાના લોકો દ્વારા અપમાનિત થવું, ઋણ ન ચૂકવી શકવું, અધમ રાજાની સેવા, દરિદ્રતા અને ધૂર્ત લોકોની સભા, આ વાતો અગ્નિ વગર જ શરીરને બાળી દે છે.

વિનાશનું કારણ -

નદીતીરે ચ યે વૃક્ષા: પરગેહેષુ કામિની ।
મન્ત્રિહીનાશ્ચ રાજાન: શીઘ્રં નશ્યન્ત્યસંશયમ્ ॥૧૫॥

આચાર્ય ચાણક્ય નીતિના વચનોના ક્રમમાં અહીં ઉપદેશ આપે છે કે ઝડપથી વહેતી નદીના કિનારે ઉગેલા વૃક્ષો, બીજાના ઘરમાં રહેનારી સ્ત્રી, મંત્રીઓ વગરનો રાજા - આ બધા લોકો બહુ જલદી નાશ (નષ્ટ) પામે છે.

વ્યક્તિનું બળ -

બલં વિદ્યા ચ વિપ્રાણાં રાજ્ઞ: સૈન્યં બલં તથા ।
બલં વિત્તં ચ વૈશ્યાનાં શૂદ્રાણાં ચ કનિષ્ઠતા ॥૧૬॥

અહીં આચાર્ય ચાણક્ય કહે છે કે વિદ્યા જ બ્રાહ્મણોનું બળ છે. રાજાનું બળ સેના છે. વૈશ્યનું બળ ધન છે. તથા સેવા કરવી શુદ્રોનું બળ છે.

દુનિયાની રીતિ -

નિર્ધનં પુરુષં વેશ્યાં પ્રજા ભગ્નં નૃપં ત્યજેત્ ।
ખગા: વીતફલં વૃક્ષં ભુક્ત્વા ચાભ્યાગતો ગૃહમ્ ॥૧૭॥

આચાર્ય ચાણક્ય અહીં પ્રાપ્તિ પછી વસ્તુના ભણી ઉપયોગિતા ઘટવાના નિયમને લાગુ કરીને કહે છે કે આ પ્રકૃતિનો નિયમ છે કે પુરુષના અકિંચન થયા પછી વેશ્યા તે પુરુષને ત્યજી દે છે. પ્રજા શક્તિહીન રાજાને અને પક્ષી ફલહીન વૃક્ષને ત્યજી દે છે. એ જ રીતે ભોજન કરી લીધા પછી અતિથિ ઘરને છોડી દે છે.

પછી બ્રાહ્મણ યજમાનને છોડી દે છે, વિદ્યા પ્રાપ્ત કરી લીધા પછી શિષ્ય ગુરુને છોડી દે છે અને વનમાં આગ લાગે ત્યારે વનના જાનવર તે વનને છોદી દે છે.

દુષ્કર્મોથી સાવચેત રહો -

दुराचारी च दुर्दुष्टिर्दुराऽवासी च दुर्जनः ।
यन्मैत्री क्रियते पुम्भिर्नरः शीघ्र विनश्यति ॥१९॥

અહીં આચાર્ય ચાણક્ય ખરાબ કાર્યોના પરિણામ પ્રત્યે સાવધ કરતાં કહે છે કે દુરાચારી, અધમ સ્વભાવવાળા, કારણ વગર બીજાને હાનિ પહોંચાડનાર તથા પાપી વ્યક્તિ જોડે મિત્રતા રાખનાર શ્રેષ્ઠ પુરુષ પણ જલદી નાશ પામે છે. કારણ કે સોબતની અસર પડે જ છે.

બરોબરીની મિત્રતા -

समाने शोभते प्रीती राज्ञि सेवा च शोभते ।
वाणिज्यं व्यवहारेषु स्त्री दिव्या शोभते गृहे ॥२०॥

અહીં આચાર્ય મિત્રતા તથા વ્યવહારમાં સમાનતાના સ્તર પર શોભાનું મહત્ત્વ આપતાં કહે છે કે સમાન સ્તરવાળા જોડે જ મિત્રતા શોભા આપે છે. સેવા રાજાની શોભા આપે છે. વૈશ્યોનો વેપાર કરવો શોભા આપે છે. શુભ સ્ત્રી ઘરની શોભા છે.

ત્રીજો અધ્યાય

દોષ ક્યાં નથી ?

कस्य दोषः कुले नास्ति व्याधिना को न पीडितः ।
व्यसनं केन न प्राप्तं कस्य सौख्यं निरन्तरम् ॥१॥

અહીંયા આચાર્ય ચાણક્ય કહે છે કે દોષ ક્યાં નથી ? આ હેતુથી તેમનું કહેવું છે કે કોના કુળમાં દોષ નથી હોતો ? રોગ કોને દુઃખી નથી કરતાં ? દુઃખ કોને નથી મળતું ? હંમેશાં સુખી કોણ રહે છે ? અર્થાત્ કોઈને કોઈ કમી તો બધી જગ્યાએ છે અને આ એક કડવું સત્ય છે. દુનિયામાં કોઇ પણ વ્યક્તિ એવો નથી, જે ક્યારેય બીમાર ન પડ્યો હોય અને જેને ક્યારેય કોઈ દુઃખ ન થયું હોય અથવા જે હંમેશાં સુખી રહ્યો હોય તો પછી શરમ કે દુઃખ શી વાતનું ?

લક્ષણોથી આચરણની જાણ થાય છે -

आचारः कुलमाख्याति देशमाख्याति भाषणम् ।

સન્માનથી પ્રેમનો તથા શરીરને જોઈને વ્યક્તિના ભોજન વિશે જાણી શકાય છે.

વ્યવહાર કુશળ બનો -

सकुले योजयेत्कन्या पुत्रं विद्यासु योजयेत् ।
व्यसने योजयेच्छत्रुं मित्रं धर्मे नियोजयेत् ॥३॥

અહીંયા આચાર્ય ચાણક્ય વ્યવહારિકતાની ચર્ચા કરતાં કહે છે કે કન્યાનો વિવાહ કોઈ સારા ઘરમાં કરવો જોઈએ, પુત્રને વિદ્યાભ્યાસમાં લગાવી દેવો જોઈએ, મિત્રોને સારા કાર્યોમાં તથા દુશ્મનને બુરાઈમાં વ્યસ્ત કરી દેવો જોઈએ. આ જ વ્યવહારિકતા છે અને સમયની માંગ પણ.

દુષ્ટોથી બચો -

दुर्जनेषु च सर्पेषु वरं सर्पो न दुर्जनः ।
सर्पो दंशति कालेन दुर्जनस्तु पदे-पदे ॥४॥

આચાર્ય ચાણક્ય અહીંયા અધમતાની દૃષ્ટિથી તુલના કરતાં એ પક્ષને મૂકે છે, જ્યાં અધમતાની ખરાબ અસર ઓછામાં ઓછી પડે. તેમનું માનવું છે કે દુષ્ટ (અધમ) અને સાપ આ બંનેમાં સાપ સારો છે, ન કે દુષ્ટ. સાપ તો એક જ વાર ડંખે છે, પરંતુ અધમ તો ડગલે ને પગલે ડંખતો રહે છે. આથી દુષ્ટથી બચીને રહેવું જોઈએ.

કુળવાનની સંગતિ કરો -

एतदर्थं कुलीनानां नृपाः कुर्वनति संग्रहम् ।
आदिमध्यावसानेषु न त्यजन्ति च ते नृपम् ॥५॥

આચાર્ય ચાણક્ય અહીં કુળવાનોની વિશિષ્ટતા જણાવતાં કહે છે કે, કુળવાન લોકો પ્રારંભથી અંત સુધી સાથ છોડતા નથી. તેઓ વાસ્તવમાં સોબતનો ધર્મ નિભાવે છે. આથી રાજા લોકો કુળવાનોનો સંગ્રહ કરે છે. જેથી સમય આવતાં સારી સલાહ મળી શકે.

સજ્જનોનું સન્માન કરો -

प्रलये भिन्नमर्यादा भवन्ति किल सागराः ।
सागरा भेदमिच्छन्ति प्रलयेऽपि न साधवः ॥६॥

અહીંયા આચાર્ય ચાણક્ય પરિસ્થિતિવશ આચરણમાં આવતાં પરિવર્તનના સ્તર અને સ્થિતિની તરફ ઈશારો કરતાં ધૈર્યવાન ગંભીર વ્યક્તિની શ્રેષ્ઠતા બતાવતા

પરંતુ સાધુ અથવા શ્રેષ્ઠ વ્યક્તિ, સંકટોનો પહાડ તૂટે તો પણ શ્રેષ્ઠ મર્યાદાઓનું ઉલ્લંઘન નથી કરતાં, આથી સાધુ પુરુષ સાગરથી પણ મહાન હોય છે.

મૂર્ખોનો ત્યાગ કરો -

मूर्खस्तु परिहर्तव्यः प्रत्यक्षो द्विपदः पशुः ।
भिनत्ति वाक्यसूलेन अदृश्यं कण्टकं यथा ॥७॥

આચાર્ય ચાણક્ય અહીં નરપશુની ચર્ચા કરતાં કહે છે કે મૂર્ખ વ્યક્તિનો બે પગવાળા જાનવર સમજીને ત્યાગ કરી દેવો જોઈએ, કારણ કે તે પોતાના શબ્દોથી શૂળની જેમ એ જ રીતે ભોંકાતો રહે છે. જેવી રીતે અદશ્ય કાંટો ભોંકાઈ જાય છે.

વિદ્યાના મહત્વને ઓળખો -

रूपयौवनसम्पन्ना विशालकुलसंभवाः ।
विद्याहीना न शोभन्ते निर्गनाधा इव किंशुकाः ॥८॥

આચાર્ય ચાણક્ય વિદ્યાનું મહત્ત્વ જણાવતાં કહે છે કે રૂપ અને જીવનથી સંપન્ન, ઉચ્ચ કુળમાં ઉત્પન્ન થઈને પણ વિદ્યાહીન મનુષ્ય સુગંધહીન ફૂલને સમાન હોય છે અને શોભા નથી આપતાં.

રૂપથી ગુણ સારા -

कोकिलानां स्वरो रूपं नारी रूपं पतिव्रतम् ।
विद्या रूपं कुरूपाणां क्षमा रूपं तपस्विनाम् ॥९॥

આચાર્ય ચાણક્ય રૂપચર્ચા કરતાં કહે છે કે, રૂપની અપેક્ષાએ ગુણને મહત્ત્વ આપો. કોયલનું રૂપ તેમનો સ્વર છે. પતિવ્રતા હોવું જ સ્ત્રીઓની સુંદરતા છે. કુરૂપ લોકોનું જ્ઞાન જ તેમનું રૂપ છે. તથા તપસ્વીઓનો ક્ષમા-ભાવ જ તેમનું રૂપ છે.

શ્રેષ્ઠતાને બચાવો -

त्यजेदेकं कुलस्यार्थे ग्रामस्यार्थे कुलं त्यजेत् ।
ग्रामं जनपदस्यार्थे आत्मार्थे पृथिवीं त्यजेत् ॥१०॥

આચાર્ય ચાણક્ય અહીંયા ક્રમથી શ્રેષ્ઠતાને પ્રતિપાદિત કરતાં કહે છે કે વ્યક્તિએ કુળના માટે એક વ્યક્તિનો ત્યાગ કરવો જોઈએ. ગામ માટે કુળનો ત્યાગ કરવો જોઈએ. રાજ્યની રક્ષા માટે ગામનો તથા આત્મરક્ષા માટે સંસારનો પણ ત્યાગ કરી દેવો જોઈએ.

પરિશ્રમથી જ ફળ મળે છે -

તથા જાપથી પાપ દૂર થાય છે. મૌન રહેવાથી કલહ અને જાગૃત રહેવાથી ભય નથી રહેતો.

અધિકનો ત્યાગ કરો -

अति रूपेण वै सीता चातिगर्वेण रावणः ।
अतिदानाद् बलिर्बद्धो ह्यति सर्वत्र वर्जयेत् ॥१२॥

અહીંયા આચાર્ય ચાણક્ય 'અતિ સર્વત્ર વર્જયેત'ના સિદ્ધાંત દર્શાવીને કહે છે કે અધિક સુંદરતાને કારણે જ સીતાનું હરણ થયું હતું, અતિ અભિમાનના કારણે રાવણ માર્યો ગયો તથા અત્યંત દાનવીર હોવાને કારણે રાજા બલિ સાથે કપટ (દગો) થયો આથી અધિક દરેક જગ્યાએ નિષિદ્ધ છે.

વાણીમાં મધુરતા લાવો -

को हि भारः समर्थानां किं दूर व्यवसायिनाम् ।
को विदेश सुविद्यानां को परः प्रियवादिनाम् ॥१३॥

આચાર્ય ચાણક્ય અહીંયા મીઠાશપૂર્ણ ભાષાને વ્યક્તિત્વનો મહત્વપૂર્ણ ગુણ બતાવતાં કહે છે કે સામર્થ્યવાન વ્યક્તિને કોઈ વસ્તુ ભારે નથી લાગતી. વેપારી માટે કોઈ જગ્યા દૂર નથી હોતી. વિદ્વાન માટે ક્યાંય વિદેશ નથી હોતો, મીઠી વાણીથી બોલનારના કોઈ પારકાં નથી હોતા.

એક ગુણવાન પણ પર્યાપ્ત છે -

एकेनापि सुवर्ण पुष्पितेन सुगन्धिना ।
वसितं तद्वनं सर्वं सुपुत्रेण कुलं यथा ॥१४॥

આચાર્ય ચાણક્ય કહે છે કે ગુણવાન એકલો જ પોતાના ગુણોનો વિસ્તાર કરીને પ્રસિદ્ધિ મેળવી લે છે. તેમનું કહેવું છે કે વનમાં સુંદર ખીલેલાં ફૂલોવાળું એક વૃક્ષ પોતાની સુગંધથી આખા વનને સુગંધિત કરી દે છે. એ જ રીતે એક જ સુપુત્ર આખા કુળનું નામ ઊંચું કરી દે છે.

एकेन शुष्कवृक्षेम दह्यमानेन वह्निना ।
दह्यते तद्वनं सर्वं कुपुत्रेण कुलं यथा ॥१५॥

આચાર્ય ચાણક્ય ગુણવત્તા પર ભાર આપતાં કહે છે કે એક જ સૂકા વૃક્ષમાં આગ લાગવાથી આખું જંગલ બળી જાય છે. એ જ રીતે એક જ કુપુત્ર આખા કુળને બદનામ કરી દે છે.

एकेनापि सुपुत्रेण विद्यायुक्ते च साधुना ।

શોભા વધારે છે, બરોબર એ જ રીતે એક જ વિદ્વાન સારો પુત્ર કુળનો આનંદ-ખુશી વધારે છે.

किं जातैर्बहुभिः पुत्रैः शोकसन्तापकारकैः ।
वरमेकः कुलावलम्बो यत्र विश्राम्यते कुलम् ॥१७॥

અહીંયા પણ આચાર્ય ચાણક્ય ગુણવાન એક જ પુત્રની પર્યાપ્તતા સાબિત કરતાં કહે છે કે શોક અને (માનસિક) કષ્ટ ઉત્પન્ન કરનારા અનેક પુત્રોના જન્મથી શું લાભ ? કુળને સહારો આપનાર એક જ પુત્ર શ્રેષ્ઠ છે, જેના સહારે આખો કુળ આરામ કરે છે.

માતા-પિતા પણ જવાબદારી સમજે -

लालयेत् पंचवर्षाणि दशवर्षाणि ताडयेत् ।
प्राप्ते तु षोडशे वर्षे पुत्रं मित्रवदाचरेत् ॥१८॥

અહીંયા આચાર્ય ચાણક્ય પુત્ર-પાલનમાં માતા-પિતાની જવાબદારીને સમર્થન આપતાં કહે છે કે પુત્રને પાંચ વર્ષ સુધી લાડ લડાવો. દસ વર્ષ સુધી ધાકધમકીથી પાલન કરો. સોળમા વર્ષથી તેની સાથે મિત્ર સમાન વર્તન કરવું જોઈએ.

સમયની સૂઝ -

उपसर्गेऽन्यचक्रे च दुर्भिक्षो च भयावहे ।
असाधुजनसम्पर्के पलायति स जीवित ॥१९॥

આચાર્ય ચાણક્ય અહીંયા સમયની સૂઝ પર ચર્ચા કરતાં કહે છે કે દંગાફિસાદ કે લડાઈ થાય ત્યારે, ભયંકર દુષ્કાળ પડે ત્યારે અને દુષ્ટો (અધમ)નો સાથ મળે ત્યારે ભાગી જનારો વ્યક્તિ જ જીવે છે. અર્થાત્ અજાણ્યા લોકોની વચ્ચે લડાઈ ઝઘડો, દંગાફિસાદ થઈ જાય ત્યારે, ભયંકર દુષ્કાળ પડે ત્યારે અને દુષ્ટ લોકોના સંબંધમાં આવી જાય ત્યારે તે સ્થાન જગ્યાને છોડીને ભાગી જનાર વ્યક્તિ પોતાને બચાવી લે છે. આવી જગ્યાએથી ભાગી જવું એ જ સૌથી વધુ સારી સમજ છે.

જીવનની નિષ્ફળતા -

धर्मार्थकाममोक्षेषु यस्यैकोऽपि न विद्यते ।
जन्म जन्मानि मर्त्येषु मरणं तस्य केवलम् ॥२०॥

અહીં આચાર્ય જીવનની નિરર્થકતાની ચર્ચા કરતાં કહે છે કે જે મનુષ્યને ધર્મ,

मूर्खाः यत्र न पूज्यन्ते धान्यं यत्र सुसंचितम् ।
दाम्पत्योः कलहो नास्ति तत्र श्री स्वयमागता ॥२१॥

આચાર્ય ચાણક્ય અહીંયા વિદ્વાનો તથા સ્ત્રીના સન્માનમાં આનંદ અને શાંતિની સ્થિતિને સમર્થન આપતાં કહે છે કે જ્યાં મૂર્ખોનું સન્માન નથી થતું, ત્યાં અનાજનો ભંડાર ભરેલો રહે છે અને પતિ-પત્ની વચ્ચે કલહ ન હોય, ત્યાં લક્ષ્મી આપમેળે જ આવે છે.

ચોથો અધ્યાય

કેટલીક વસ્તુઓ નસીબથી જ મળે છે -

आयुः कर्मं वित्तञ्च विद्या निधनमेव च ।
पञ्चैतानि हि सृज्यन्ते गर्भस्थस्यैव देहिनः ॥१॥

આચાર્ય ચાણક્ય અહીંયા નસીબને લક્ષ્ય કરીને માનવ જીવનનાં પ્રારંભમાં તેના લેખનને સમર્થન આપીને કહે છે કે, આયુષ્ય, કર્મ, ધનસંપત્તિ, વિદ્યા, મૃત્યુ - આ પાંચ વસ્તુઓ પ્રાણીના નસીબમાં ત્યારે જ લખી દેવામાં આવે છે, જ્યારે તે ગર્ભમાં હોય છે.

સંતોની સેવાથી ફળ મળે છે -

साधुभ्यस्ते निवर्तन्ते पुत्रः मित्राणि बान्धवाः ।
ये च तैः सह गन्तारस्तद्धर्मात्सुकृतं कुलम् ॥२॥

આચાર્ય, ચાણક્ય અહીં સંતોની સેવાને મહત્ત્વ આપતાં કહે છે કે સંસારના મોટાભાગના પુત્ર, મિત્ર અને ભાઈ સાધુ-મહાત્માઓ, વિદ્વાનો વગેરેની સોબતથી દૂર રહે છે. જે લોકો સંતોની સોબત કરે છે, તેઓ પોતાના કુળને પવિત્ર કરી દે છે.

दर्शनध्यानसंस्पर्शैर्मत्स्यी कूर्मी च पक्षिणी ।
शिशु पालयते नित्यं तथा सज्जनसंगतिः ॥३॥

આચાર્ય ચાણક્ય અહીંયા સંતોની સોબત વિશે ચર્ચા કરતાં કહે છે કે જેવી રીતે માછલી, માદાં કાચબાં અને ચકલી પોતાના બચ્ચાનું પોષણ ક્રમશઃ જોઈને, ધ્યાન આપીને તથા સ્પર્શથી કરે છે. એ જ રીતે સંતોની સોબત પણ દરેક પરિસ્થિતિમાં મનુષ્યનું પોષણ કરે છે.

જ્યાં સુધી થાય પુણ્યકર્મ કરો -

ચેતવે છે કે જ્યાં સુધી શરીર સ્વસ્થ છે, ત્યાં સુધી મૃત્યુ પણ દૂર રહે છે. આથી ત્યારે જ આત્માનું કલ્યાણ કરી લેવું જોઈએ, પ્રાણોનો અંત થયા પછી શું કરશો ? ફક્ત પ્રાયશ્ચિત જ રહી જશે.

વિદ્યા કામધેનુ સમાન હોય છે -

कामधेनुगुणा विद्या ह्ययकाले फलदायिनी ।
प्रवासे मातृसदृशा विद्या गुप्तं धनं स्मृतम् ॥५॥

આચાર્ય ચાણક્ય અહીં વિદ્યાના મહત્ત્વને સમર્થન આપીને તેના અર્થ અને ઉપયોગની ચર્ચા કરે છે. તેમનું કહેવું છે કે અર્થ વિદ્યા કામધેનુના સમાન ગુણો વાળી છે. ખરાબ સમયમાં પણ ફળ આપનારી છે, પ્રવાસ કાળમાં સમાન છે તથા ગુપ્ત ધન છે.

એક જ ગુણવાન પુત્ર પર્યાપ્ત છે -

एकोऽपि गुणवान पुत्रो निर्गुणैश्च शतैर्वरः ।
एकश्चन्द्रस्तमो हन्ति न ताराः सहस्त्रशः ॥६॥

આચાર્ય ચાણક્ય અહીં કારણ, ગુણ તથા યોગ્યતાના આધારે પુત્રના મહત્ત્વને સમર્થન આપતાં કહે છે કે ફક્ત એક ગુણવાન અને વિદ્વાન (જ્ઞાની) પુત્ર સેંકડો ગુણહીન, નઠારા પુત્રોથી સારા હોય છે. જે રીતે એક ચંદ્ર જ રાત્રિના અંધકારને દૂર કરે છે, અસંખ્ય તારા મળીને પણ રાત્રિના ઊંડા અંધકારને દૂર નથી કરી શકતા, એ જ રીતે એક ગુણી પુત્ર જ પોતાના કુળનું નામ પ્રકાશમાન કરે છે.

મૂર્ખ પુત્ર શા કામનો ?

मूर्खश्चिरायुर्जातोऽपि तस्माज्जातमृतो वरः ।
मृतः स चाल्पदुःखाय चावज्जीवं जडो दहेत् ॥७॥

આચાર્ય અહીં આ શ્લોકમાં મૂર્ખ પુત્રની નિરર્થકતા પર ટિપ્પણી કરતાં કહે છે કે મૂર્ખ પુત્રના દીર્ઘાયુ થવા કરતાં મૃત્યુ પામે તે જ સારું છે, કારણ કે આવા પુત્રના મૃત્યુ પર એક જ વાર દુઃખ થાય છે, જીવિત રહેવાથી તે જીંદગીભર બાળતો રહે છે.

આનાથી હંમેશાં બચો -

कुग्रामवासः कुलहीन सेवा कुभोजनं क्रोधमुखी च भार्या ।
पुत्रश्च मूर्खो विधवा च कन्या विनाग्निमेते प्रदहन्ति कायम् ॥८॥

આચાર્ય ચાણક્ય અહીં એ વસ્તુઓ વિશે ઉલ્લેખ કરે છે જેનાથી વ્યક્તિને હંમેશાં

જેમનો ઉપયોગ નથી એમનું હોવું શું -

किं तया क्रियते धेन्वा या न दोग्ध्रो न गर्भिणी ।
कोऽर्थः पुत्रेण जातेन यो न विद्वान्न भक्तिमान् ॥९॥

અહીં આચાર્ય ચાણક્ય આ શ્લોકમાં વસ્તુની ઉપયોગિતાની ચર્ચા કરતાં કહે છે કે એ ગાયનું શું કામ જે ન દૂધ આપતી હોય અને ન તે ગાભણી થતી હોય. એ જ રીતે એ પુત્રના જન્મથી શો લાભ, જે ન જ્ઞાની હોય અને ન ઈશ્વરનો ભક્ત હોય.

આનાથી સુખ મળે છે -

संसारातपदग्धानां त्रयो विश्रान्तिहेतवः ।
अपत्यं च कलत्रं च सतां संगतिरेव च ॥१०॥

અહીં આચાર્ય ચાણક્ય વ્યક્તિને દુઃખોમાં શાંતિપૂર્ણ વસ્તુઓની ચર્ચા કરતાં કહે છે કે સંસારિક તાપથી તપતા લોકોને ત્રણ જ વસ્તુઓ આરામ આપી શકે છે. સંતાન, પત્ની અને સારા મનુષ્યોના સોબત.

આ વાતો એક જ વાર થાય છે -

सकृज्जल्पन्ति राजानः सकृज्जल्पन्ति पंडिताः ।
सकृत्कन्याः प्रदीयन्ते त्रीण्येतान सकृत्सकृत् ॥११॥

આચાર્ય ચાણક્ય અહીં સંયમ અને એક જ વાર કાર્ય કરવાના સંદર્ભમાં કહે છે કે રાજા લોકો એક જ વાર બોલે છે, પંડિત પણ એક જ વાર બોલે છે તથા કન્યાદાન પણ એક જ વાર થાય છે. આ ત્રણે કાર્યો એક-એક વાર જ થાય છે.

★ હેતુ એ છે કે રાજા આજ્ઞા એક જ વાર આપે છે.
★ વિદ્વાન લોકો પણ એક વાતને એક જ વાર કહે છે.
★ કન્યાદાન, પણ જીવનમાં એક જ વાર કરવામાં આવે છે.

ક્યારે એકલા, ક્યારે સાથે રહ્યા -

एकाकिना तपो द्वाभ्यां पठनं गायनं त्रिभिः ।
चतुर्भिगमन क्षेत्रं पञ्चभिर्बहुभिः रणम् ॥१२॥

આચાર્ય ચાણક્ય અહીં એકાંતમાં મનના એકાગ્ર થવાના પક્ષને સમર્થન આપતાં કહે છે કે તપ એકાંતમાં કરવું યોગ્ય છે, ભણતી વખતે બે, ગાતી વખતે ત્રણ, જતી વખતે ચાર, ખેતરમાં પાંચ વ્યક્તિ તથા યુદ્ધમાં અનેક વ્યક્તિ હોવા જોઈએ.

પતિવ્રતા જ પત્ની છે -

કહેવાય, જે પવિત્ર અને કુશળ હોય, એ જ પત્ની છે, જે પતિવ્રતા હોય. એ જ પત્ની છે, જેને પોતાના પતિ માટે પ્રેમ હોય. એ જ પત્ની છે જે પતિથી સત્ય બોલે.

નિર્ધનતા અભિશાપ છે -

अपुत्रस्य गृहं शून्यं दिशः शून्यास्त्वबान्धवाः ।
मूर्खस्य हृदयं शून्यं सर्वशून्यं दरिद्रता ॥१४॥

ગરીબીને શાપ માનતાં આચાર્ય ચાણક્ય અહીં આ શ્લોકના માધ્યમથી કહે છે કે પુત્રહીન માટે ઘર સૂનું થઈ જાય છે, જેના ભાઈ ન હોય તેના માટે દિશાઓ સૂની થઈ જાય છે, મૂર્ખનું હૃદય સૂનું હોય છે, અને ગરીબનું તો સર્વસ્વ સૂનું થઈ જાય છે.

જ્ઞાનનો અભ્યાસ પણ કરો -

अनभ्यासे विषं शास्त्रमजीर्णे भोजनं विषम् ।
दरिद्रस्य विषं गोष्ठी वृद्धस्य तरुणी विषम् ॥१५॥

આચાર્ય ચાણક્ય પોતાના જ્ઞાનને દીર્ઘસ્થાયી તથા ઉપયોગી બનાવી રાખવા માટે અભ્યાસ પર ભાર આપતાં કહે છે કે જે રીતે સારામાં સારું ભોજન હજમ થવાને બદલે હાનિ પહોંચાડે છે અને વિષનું કામ કરે છે, એ જ રીતે સતત અભ્યાસ ચાલુ ન રાખવાથી શાસ્ત્રજ્ઞાન પણ મનુષ્ય માટે ઘાતક વિષ સમાન થઈ જાય છે. જે વ્યક્તિ ગરીબ અને દરિદ્ર છે તેના માટે કોઈ પણ પ્રકારની સભાઓ, ઉત્સવ વિષ સમાન છે.

આનો ત્યાગ કરવો જ ઉત્તમ -

त्यजेद्धर्मं दयाहीनं विद्याहीनं गुरुं त्यजेत् ।
त्यजेत्क्रोधमुखी भार्या निःस्नेहान्बान्धवांत्यजेत् ॥१६॥

આચાર્ય ચાણક્ય અહીં ત્યાગ કરવા યોગ્ય ધર્મનો ઉલ્લેખ કરતાં કહે છે કે ધર્મમાં જો દયા ન હોય તો તેનો ત્યાગ કરવો જોઈએ. વિદ્યાહીન ગુરુનો, ક્રોધી પત્નીનો તથા સ્નેહહીન ભાઈ બંધુઓનો પણ ત્યાગ કરી દેવો જોઈએ.

વૃદ્ધાવસ્થાના લક્ષણ -

अध्वाजरं मनुष्याणां वाजिनां बन्धनं जरा ।
अमैथुनं जरा स्त्रीणां वस्त्राणामातपं जरा ॥१७॥

અહીં આ પંક્તિઓમાં આચાર્ય ચાણક્ય વૃદ્ધાવસ્થા પર ટિપ્પણી કરતાં કહે છે

સ્ત્રી પોતાને વૃદ્ધ અનુભવે છે. તડકામાં સૂકાવવામાં આવે તો કપડાં જલ્દી ફાટી જાય છે. તથા રંગ આછો પડી જાય છે.

કામથી પહેલા વિચાર કરી લો -

कः कालः कानि मित्राणि को देशः को व्ययागमोः ।
कस्याहं का च में शक्तिरिति चिन्त्यं मुहुर्मुहुः ॥१८॥

આચાર્ય ચાણક્ય જીવનમાં વર્તવા યોગ્ય વસ્તુની પૂરી ઓળખ કર્યા પછી જ તેનો ઉપયોગ કરવાની વાતને સમર્થન આપતાં કહે છે કે કેવો સમય છે ? કોણ મિત્ર છે ? કેવું સ્થળ છે ? આવક-જાવક શી છે ? હું કોની અને મારી શી તાકાત છે ? આ બધું વારંવાર વિચારવું જોઈએ.

માતા-પિતાના ભિન્ન રૂપ (પિતા) -

जनिता चोपनेता च यस्तु विद्यां प्रयच्छति ।
अन्नदाता भयत्राता पञ्चैता पितरः स्मृताः ॥१९॥

અહીં આ શ્લોકમાં આચાર્ય ચાણક્ય સંસ્કારની દૃષ્ટિથી પાંચ પ્રકારના પિતાને ગણાવતાં કહે છે - જન્મ આપનાર, જનોઈ સંસ્કાર કરનાર, વિદ્યા આપનાર, અન્નદાતા તથા ભયથી રક્ષા કરનાર, આ પાંચ પ્રકારના પિતા હોય છે.

માતા -

राजपत्नी गुरोः पत्नी मित्रपत्नी तथैव च ।
पत्नीमाता स्वमाता च पञ्चैताः मातरः स्मृताः ॥२०॥

અહીં આ શ્લોકમાં આચાર્ય ચાણક્ય માતા વિશે ચર્ચા કરતાં કહે છે કે રાજાની પત્ની, ગુરુની પત્ની, મિત્રની પત્ની, પત્નીની માતા તથા પોતાની માતા આમ પાંચ પ્રકારની માતાઓ હોય છે.

પાંચમો અધ્યાય

અતિથિ શ્રેષ્ઠ હોય છે -

गुरुरग्निर्द्विजातीनां वर्णानां ब्राह्मणो गुरुः ।
पतिरेव गुरुः स्त्रीणां सर्वस्याभ्यगतो गुरुः ॥१॥

આચાર્ય ચાણક્ય અહીં ગુરુની વ્યાખ્યા - વિવેચના તથા સ્વરૂપની વ્યાખ્યા કરતાં

પુરૂષની ઓળખાણ ગુણોથી થાય છે -

यथा चतुर्भिः कनकं परीक्ष्यते निर्घषमच्छेदन तापताडनैः ।
तथा चतुर्भिः पुरुषः परीक्ष्यते त्यागेन शीलेन गुणेन कर्मणा ॥२॥

આચાર્ય ચાણક્ય અહીં ગુણ કર્મોથી પુરૂષની પરીક્ષાની ચર્ચા કરતાં કહે છે કે ઘસીને, કાપીને, તપાવીને અને ઠોકીને, આ ચાર પ્રકારેથી જે રીતે સોનાનું પરીક્ષણ કરાય છે, એ જ રીતે ત્યાગ, શીલ, ગુણ તથા કર્મોથી પુરૂષની પરીક્ષા થાય છે.

સંકટનું સન્માન કરો -

तावद् भयेषु भेतव्यं यावद्भयमनागतम् ।
आगतं तु भयं दृष्ट्व प्रहर्तव्यमशंकया ॥३॥

આચાર્ય ચાણક્ય અહીં માથે આવી પડેલા સંકટનો નિવેડો લાવવાના સંદર્ભમાં કહે છે કે આપત્તિઓ અને સંકટોથી ત્યાં સુધી ડરવું જોઈએ જ્યાં સુધી તે દૂર છે, પરંતુ તે સંકટ જો માથા પર આવી જાય તો તેનો નિશંક મુકાબલો કરવો જોઈએ, તેને દૂર કરવાનો ઉપાય કરવો જોઈએ.

બે લોકોના સ્વભાવ એક જેવા નથી હોતા -

ऐकोदरसमुद्भूता एक नक्षत्र जातका ।
न भवन्ति समा शीले यथा बदरिकण्टका ॥४॥

અહીં આચાર્ય ચાણક્ય કહે છે કે એક જ કૂખથી, એક જ ગ્રહ નક્ષત્રમાં જન્મ થયા છતાં પણ બે લોકનો સ્વભાવ એક સમાન નથી હોતો. ઉદાહરણ માટે બોર અને કાંટાને લઈ શકાય છે.

સ્પષ્ટવાદી બનો -

निस्पृहो नाधिकारी स्यान्न कामी भण्डनप्रिया ।
नो विदग्धः प्रियं ब्रूयात् स्पष्ट वक्ता न वचकः ॥५॥

આચાર્ય ચાણક્ય સ્પષ્ટવક્તાના ગુણોની ચર્ચા કરતાં કહે છે કે વિરક્ત વ્યક્તિ કોઈ વિષયનો અધિકારી નથી હોતો, જે વ્યક્તિ કામી (વિષયી) નથી હોતો, તેને શણગારની આવશ્યકતા નથી હોતી. વિદ્વાન વ્યક્તિ પ્રિય નથી બોલતાં તથા સ્પષ્ટ બોલનાર ઠગ નથી હોતો.

આમાં દ્વેષભાવના હોય છે -

मूर्खाणां पण्डितचा द्वेष्या अधनानां महाधना ।

કરે છે. આનાથી આ વસ્તુઓ નાશ પામે છે.

આનાથી આ વસ્તુઓ નષ્ટ થઈ જાય છે -

आलस्योपहता विद्या परहस्तं गतं धनम् ।
अल्पबीजतं क्षेत्रं हतं सैन्यमनायकम् ॥७॥

અહીં આચાર્ય ચાણક્ય કોણ કોનાથી નાશ પામે છે, એ વિશે ચર્ચા કરતાં કહે છે કે આળસથી વિદ્યા નષ્ટ પામે છે. બીજાના હાથમાં જવાથી ધન નાશ પામે છે, ઓછા બીજથી ખેતી તથા સેનાપતિ વગર સેના નષ્ટ થઈ જાય છે.

આનાથી ગુણોની ઓળખાણ થાય છે -

अभ्यासाद्धार्यते विद्या कुल शीलेन धार्यते ।
गुणेन ज्ञायते त्वार्यं कोपो नेत्रेण गम्यते ॥८॥

આચાર્ય ચાણક્ય અહીં વિદ્યા, કુળશ્રેષ્ઠતા અને ક્રોધની ઓળખ કરાવનારા તત્ત્વોની ચર્ચા કરતાં કહે છે કે અભ્યાસથી વિદ્યાને, શીલસ્વભાવથી કુળને, ગુણોથી શ્રેષ્ઠતાને તથા આંખોથી ક્રોધને જાણી શકાય છે.

કોણ કોની રક્ષા કરે છે -

वित्तेन रक्ष्यते धर्मो विद्या योगेन रक्ष्यते ।
मृदुना रक्ष्यते भूपः सत्स्त्रिा करक्ष्यते गृहम् ॥९॥

આચાર્ય ચાણક્ય ધર્મ, વિદ્યા, રાજા અને ઘરના રક્ષાકારક તત્વોથી પરિચય કરાવતાં કહે છે કે ધર્મથી ધર્મની, યોગથી વિદ્યાની, કોમળતાથી રાજાની તથા સારી સ્ત્રીથી ઘરની રક્ષા થાય છે.

મૂર્ખનો ત્યાગ કરો -

न्यथा वेदपांडित्यं शास्त्रमाचारमन्यथा ।
अन्यथा वदतः शान्तं लोकाः विलश्यन्ति चान्यथा ॥१०॥

આચાર્ય ચાણક્ય મહત્વપૂર્ણ સ્થાપિત સ્થિતિઓને નિરર્થક અને નકામી કહેનારા પ્રત્યે વિચાર વ્યક્ત કરતાં કહે છે કે જે લોકો વેદોને પાંડિત્યને શાસ્ત્રોને સદાચારને તથા શાંત મનુષ્યઓને બદનામ કરે છે, તેઓ નકામી તકલીફ કરે છે.

दारिद्र्यनाशनं दानं शीलनं दुर्गतिनाशनम् ।
अज्ञानतानानशिनी प्रज्ञा भावना भयनाशिनी ॥११॥

આચાર્ય ચાણક્ય એ આચરણના સંદર્ભમાં વિચાર વ્યક્ત કરે છે. જેના પ્રયોગથી વ્યક્તિ મોટી ઉપલબ્ધિ મેળવે છે. તેમનું કહેવું છે કે દાન દરિદ્રતાને નષ્ટ કરી

नास्ति कामसमो व्याधिर्नास्ति मोहसमो रिपुः ।
नास्ति कोप समो वह्नि नास्ति ज्ञानात्परं सुखम् ।।१२।।

અહીં આચાર્ય પરમ સુખના મહત્વને સમર્થન આપીને સુખના વખાણ કરતાં કહે છે કે કામના સમાન રોગ નહીં, મોહ અજ્ઞાનના સમાન કોઈ શત્રુ નહીં, ક્રોધને સમાન કોઈ આગ નથી તથા જ્ઞાનને સમાન કોઈ સુખ નથી.

મનુષ્ય એકલો હોય છે -

जन्ममृत्युर्नियत्येको भुनक्त्येकः शुभाशुभम् ।
नरकेषु पतत्येकः एको याति परां गतिम् ।।१३।।

અહીં આચાર્ય ચાણક્ય એકાકી ભાવને સ્પષ્ટ કરતાં કહે છે કે વ્યક્તિ સંસારમાં એકલો જ જન્મ લે છે, એકલો જ મૃત્યુને પ્રાપ્ત કરે છે, એકલો જ શુભ-અશુભ કર્મોને ભોગવે છે, એકલો જ નરકમાં પડે છે તથા એકલો જ પરમગતિને પણ પ્રાપ્ત કરે છે. અર્થાત્

- ★ મનુષ્ય એકલો જ જન્મ લે છે.
- ★ એકલો જ ભાગ્યના શુભ-અશુભ કર્મોને ભોગવે છે.
- ★ એકલો જ નરકમાં પડે છે અને એકલો જ પરમપદ (મોક્ષ) પણ પ્રાપ્ત કરે છે. આ બધાં કાર્યોમાં તેની સાથે કોઈનો પણ સાથ નથી હોતો.

સંસારને તણખલું સમજો -

तृणं ब्रह्मविद् स्वर्गं तृणं शूरस्य जीवनम् ।
जिमाक्षस्य तृणं नारी निःस्पृहस्य तृणं जगत् ।।१४।।

અહીં આચાર્ય ચાણક્ય સાંસારિક્તાને તણખલા સમાન બતાવીને કહે છે કે બ્રહ્મજ્ઞાને સ્વર્ગ, બહાદુરે પોતાનું જીવન, સંયમીને સ્ત્રી તથા ત્યાગીને આખો સંસાર તણખલા સમાન લાગે છે.

મિત્રના ભિન્ન રૂપ -

विद्या मित्रं प्रवासेषु भार्या मित्रं गृहेषु च ।
व्याधितस्यौषधं मित्रं धर्मो मित्रं मृतस्य च ।१५।।

અહીં આચાર્ય ચાણક્ય મિત્રની ચર્ચા કરતાં કહે છે કે ઘરથી બહાર વિદેશમાં રહેવાનું હોય ત્યારે વિદ્યા મિત્ર હોય છે, ઘરમાં પત્ની મિત્ર હોય છે, રોગી માટે દવા મિત્ર હોય છે તથા મૃત્યુ પછી વ્યક્તિનો ધર્મ જ તેનો મિત્ર હોય છે. આ રીતે

वृथा वृष्टिः समुद्रेषु वृथा तृप्तेषु भोजनम् ।
वृथा दानं धनाढ्येषु वृथा दीपो दिवापि च ॥१६॥

આચાર્ય ચાણક્ય ફોગટ પર વિચાર કરતાં કહે છે કે સમુદ્રમાં વર્ષા વ્યર્થ છે. તૃપ્ત (ધરાયેલા)ને ભોજન કરાવવું વ્યર્થ છે. ધનીને દાન આપવું વ્યર્થ છે અને દિવસમાં દીપક પ્રગટાવવો વ્યર્થ છે.

પ્રિય વસ્તુઓ -

नास्ति मेघसमं तोयं नास्ति चात्मसमं बलम् ।
नास्ति चक्षुसमं तेजो नास्ति चान्नसमं प्रियम् ॥१७॥

અહી આચાર્ય સૌથી પ્રિય વસ્તુ પર ચર્ચા કરતાં કહે છે કે વાદળને સમાન કોઈ જળ નથી હોતું, પોતાના બળ સમાન કોઈ બળ નથી હોતું, આંખોને સમાન કોઈ જ્યોતિ નથી હોતી અને અન્ન સમાન કોઇ પ્રિય વસ્તુ નથી હોતી.

જે સામે નથી એનો શું લગાવ -

अधना धनमिच्छन्ति वाचं चैव चतुष्पदाः ।
मानवाः स्वर्गमिच्छन्ति मोक्षमिच्छन्ति देवताः ॥१८॥

અહીં આચાર્ય ચાણક્ય અપ્રાપ્ત વસ્તુ પ્રત્યે વ્યક્તિમાત્રની આસક્તિ(મોહ)ની પ્રવૃત્તિ પર ટિપ્પણી કરતાં કહે છે કે ગરીબ વ્યક્તિ ધનની ઇચ્છા રાખે છે અને જાનવર બોલવાની શક્તિ ઇચ્છે છે, મનુષ્ય સ્વર્ગની ઇચ્છા રાખે છે અને સ્વર્ગમાં રહેનારા દેવતા મોક્ષ પ્રાપ્તિની ઇચ્છા રાખે છે. અને આ રીતે જે પ્રાપ્ત છે, બધા તેનાથી આગળની ઇચ્છા રાખે છે.

सत्येन धार्यते पृथ्वी सत्येन तपते रविः ।
सत्येन वाति वायुश्च सर्वं सत्ये प्रतिष्ठितम् ॥१९॥

અહીં આચાર્ય ચાણક્ય સત્યની પ્રતિષ્ઠા કરાવતાં કહે છે કે સત્ય જ પૃથ્વીને ધારણ કરે છે. સત્યથી જ સૂર્ય તપે છે. સત્યથી જ વાયુ વહે છે. બધું જ સત્યમાં પ્રતિષ્ઠિત છે.

ધર્મ જ અટલ છે -

चला लक्ष्मीश्चलाः प्राणाश्चले जीवितमन्दिरे ।
चलाचले च संसारे धर्म एको हि निश्चलः ॥२०॥

અહીં આચાર્ય ચાણક્ય ધર્મ ચર્ચા કરતાં કહે છે કે લક્ષ્મી ચંચળ છે, પ્રાણ, જીવન, શરીર બધું જ ચંચળ અને નાશવાન છે. સંસારમાં કેવળ ધર્મ જ અટળ છે.

આને ધૂર્ત માનો -

કાગડો, જાનવરમાં શિયાળ તથા સ્ત્રીઓમાં માળણ ધૂર્ત હોય છે.

છઠ્ઠો અધ્યાય

સાંભળવું પણ જોઈએ -

श्रुत्वा धर्मं विजानाति श्रुत्वा त्यजति दुर्मतिम् ।
श्रुत्वा ज्ञानमवाप्नोति श्रुत्वा मोक्षमवाप्नुयात् ॥१॥

આચાર્ય ચાણક્ય અહીંયા સાંભળીને જ્ઞાન પ્રાપ્ત કરવાની પ્રક્રિયા સ્પષ્ટ કરતાં કહે છે કે સાંભળીને જ મનુષ્યને પોતાના ધર્મનું જ્ઞાન પ્રાપ્ત થાય છે, સાંભળ્યા પછી જ તે દુર્બુદ્ધિનો ત્યાગ કરે છે. સાંભળીને જ તેને જ્ઞાન પ્રાપ્ત થાય છે અને સાંભળીને જ મોક્ષ મળે છે.

ચાંડાળ કોણ -

पक्षीणां काकश्चाण्डाल पशूनां चैव कुक्कुरः ।
मुनीनां पापश्चाण्डालः सर्वेषु निन्दकः ॥२॥

અહીં આચાર્ય ચાણક્ય ચાંડાળ વિશે બતાવતા કહે છે કે પક્ષીઓમાં કાગડો, જાનવરમાં કૂતરો, મુનીઓમાં પાપી તથા નિંદક બધા પ્રાણીઓમાં ચાંડાળ હોય છે.

આનાથી શુદ્ધિ થાય છે -

भस्मना शुद्ध्यते कांस्यं ताम्रमम्लेन शुद्ध्यति ।
रजसा शुद्ध्यते नारी नदी वेगेन शुद्ध्यति ॥३॥

અહીં ચાણક્ય શુદ્ધિની ચર્ચા કરતાં કહે છે કે કાંસું ભસ્મથી શુદ્ધ થાય છે, તાંબુ અમ્લથી, સ્ત્રી ઋતુસ્વામાં થવાથી તથા નદી પોતાના વેગથી શુદ્ધ થાય છે.

ભ્રમણ આવશ્યક છે -

भ्रमन्सम्पूज्यते राजा भ्रमन्सम्पूज्यते द्विजः ।
भ्रमन्सम्पूज्यते योगी स्त्री भ्रमती विनश्यति ॥४॥

અહીં આચાર્ય ચાણક્ય ભ્રમણના મહત્ત્વને સમર્થન આપતાં કહે છે કે ભ્રમણ કરતો રાજા પૂજવામાં આવે છે, ભ્રમણ કરતો બ્રાહ્મણ પૂજવામાં આવે છે, ભ્રમણ કરતો યોગી પૂજવામાં આવે છે અને ભ્રમણ કરતી સ્ત્રી નાશ (નષ્ટ) પામે છે.

ધનનો પ્રભાવ -

કે જે વ્યક્તિ પાસે પૈસા છે, લોકો આપમેળે જ તેના મિત્ર બની જાય છે. ભાઈબંધુ પણ ઘેરી વળે છે. જે ધનવાન છે તેને જ આજના યુગમાં વિદ્વાન અને સન્માનિત વ્યક્તિ માનવામાં આવે છે. ધનવાન વ્યક્તિને જ વિદ્વાન અને જ્ઞાની પણ સમજવામાં આવે છે.

બુદ્ધિ ભાગ્યની અનુગામી હોય છે -

तादृशी जायते बुद्धिर्व्यवसायोऽपि तादृशः ।
सहायास्तादृशा एव यादृशी भवितव्यता ।६।।

આચાર્ય ચાણક્ય અહીં નસીબને મહત્ત્વ આપતાં અને બુદ્ધિને નસીબના અનુયાયી હોવાને સમર્થન આપતાં કહે છે કે મનુષ્ય જેવું નસીબ લઈને આવે છે તેની બુદ્ધિ પણ તેના જેવી જ બની જાય છે. કાર્ય વેપાર પણ તે મુજબ જ મળે છે. તેને સહકાર આપનારા, સગાંવહાલાં, મિત્ર પણ તેના નસીબને અનુરૂપ જ હોય છે. આખો ક્રિયાકલાપ નસીબ પ્રમાણે જ સંચાલિત થાય છે.

સમય બળવાન હોય છે -

कालः पचति भूतानि कालः संहरते प्रजाः ।
कालः सुप्तेषु जागर्ति कालो हि दुरतिक्रमः ।।७।।

આચાર્ય ચાણક્ય અહીં કાળના પ્રભાવની ચર્ચા કરતાં કહે છે કે કાળ જ પ્રાણીઓને ગળી જાય છે. કાળ સૃષ્ટિનો વિનાશ કરી દે છે. આ પ્રાણીઓના સૂઈ ગયા પછી પણ તેનામાં હાજર હોય છે. આના પર કોઇ પણ પ્રબળ આક્રમણ નથી કરી શકતા.

જ્યારે કશું જ નથી દેખાતું -

नैव पश्यति जन्मान्धः कामान्धो नैव पश्यति ।
मदोन्मत्ता न पश्यन्ति अर्थी दोषं न पश्यति ।।८।।

આચાર્ય ચાણક્ય અહીં વ્યક્તિની દૃષ્ટિ ક્ષમતાના વિશે વિચાર પ્રગટ કરે છે કે જન્મથી આંધળો કંઇ જ જોઈ નથી શકતો એ જ રીતે કામાંધ અને નશામાં ગાંડો થયેલો વ્યક્તિ પણ કંઇ જ દેખતો નથી. સ્વાર્થી વ્યક્તિ પણ કોઇનામાં કોઈ દોષ નથી જોતો.

કર્મનો પ્રભાવ -

स्वयं कर्म कोत्यात्मा स्वयं तत्फलमश्नुते ।
स्वं भ्रमति संसारे स्वयं तस्माद्विमुच्यते ।।९।।

આચાર્ય ચાણક્ય અહીં કર્મફળના પ્રભાવને સ્પષ્ટ કરતાં કહે છે કે પ્રાણી પોતે

भर्ता च स्त्रीकृतं पापं शिष्य पाप गुरुस्तथा ॥१०॥

આચાર્ય ચાણક્ય અહીં કર્મના દૂરગામી પ્રભાવની ચર્ચા કરતાં કહે છે કે રાષ્ટ્ર દ્વારા કરાયેલા પાપોને રાજા ભોગવે છે. રાજાના પાપને તેનો કુલગુરુ ભોગવે છે, પત્નીના પાપને પતિ તથા શિષ્યના પાપને ગુરુ ભોગવે છે.

શત્રુ કોણ -

ऋणकर्ता पिता शत्रुमर्माता च व्यभिचारिणी ।
भार्या रूपवती शत्रुः पुत्र शत्रुर्नपण्डितः ॥११॥

આચાર્ય ચાણક્ય અહીં શત્રુના સ્વરુપની ચર્ચા કરતાં કહે છે કે ઋણ કરનારો પિતા શત્રુ હોય છે. વ્યભિચાર કરનારી મા પણ શત્રુ હોય છે. રૂપવાન પત્ની પણ શત્રુ હોય છે તથા મૂર્ખ પુત્ર શત્રુ હોય છે.

આને વશમાં કરો -

लुब्धमर्थेन गृहणीयात्स्तब्धमंजलिकर्मणा ।
मूर्खश्छन्दानुरोधेन यथार्थवादेन पण्डितम् ॥१२॥

અહીં આચાર્ય ચાણક્ય વશીકરણના સંબંધમાં બતાવે છે કે લાલચીને ધન આપીને, ઘમંડીને હાથ જોડીને, મૂર્ખને ઉપદેશ આપીને તથા પંડિતને ઉચિત વાત જણાવીને વશમાં કરવા જોઈએ.

દુષ્ટોથી બચો -

कुराजराज्येन कुतः प्रजासुखं कुमित्रमित्रेण कुतोऽभिनिवृत्तिः ।
कुदारदारैश्च कुतो गृहे रतिः कृशिष्यमध्यापयतः कुतो यशः ॥१३॥

અહીં આચાર્ય ચાણક્ય પાપીના પ્રભાવના વિશે વાત કરતાં જણાવે છે કે પાપી રાજાના રાજ્યમાં પ્રજા સુખી કઈ રીતે રહી શકે. અધમ મિત્રથી આનંદ કઈ રીતે મળે કે પાપી પત્નીથી ઘરમાં સુખી કઈ રીતે હોઈ શકે. તથા પાપી મૂર્ખ શિષ્યને ભણાવવાથી યશ કેવી રીતે મળી શકે.

કોઈનાથી પણ શીખ લઈલો -

सिंहादेकं बकादेकं शिक्षेद्यत्वारि कुक्कुटात् ।
वायसात्पंच शिक्षेच्च षट् शुनस्त्रीणि गर्दभात् ॥१४॥

અહીં આચાર્ય ચાણક્ય શીખવાની વાત કોઈ પણ પાત્રથી શીખવાનો પક્ષ મૂકતાં કહે છે કે સિંહથી એક, બગલાથી એક, મરઘાથી એક, કાગડાથી પાંચ, કૂતરાથી છ તથા ગધેડાથી સાત વાતો શીખવી જોઈએ. હવે પછીના ચાર શ્લોકોમાં આ

प्रभूतं कार्यमपि वा तत्परः प्रकर्तुमिच्छति ।
सर्वारम्भेण तत्कार्यं सिंहादेकं प्रचक्षते ॥१५॥

અહીં આચાર્ય ચાણક્ય સિંહ પાસેથી લેવાની શીખ વિશે જણાવે છે કે નાનો હોય કે મોટો, જે કંઈ પણ કામ કરવા ઈચ્છે, તેને પોતાની પૂરી તાકાતથી કરે. આ ગુણ આપણે સિંહ પાસેથી શીખવો જોઈએ.

બગલાથી -

इन्द्रियाणि च संयम्य बकवत्पण्डितो नरः ।
देशकाल बलं ज्ञात्वा सर्वकार्याणि साधयेत् ॥१६॥

અહીં આચાર્ય બગલાથી શીખ લેવાની બાબતે બતાવે છે. બગલાની જેમ ઈન્દ્રિયોને વશમાં કરીને દેશ, કાળ તથા બળને જાણીને વિદ્વાન પોતાનું કામ સફળ કરે.

ગધેડાથી -

सुश्रान्तोऽपि बृहद् भारं शीतोष्णं न पश्यति ।
सन्तुष्टश्चरतो नित्यं त्रीणि शिक्षेच्च गर्दभात् ॥१७॥

અહીં આચાર્ય ચાણક્ય ગધેડાથી શીખવાના ગુણોની ચર્ચા કરતાં કહે છે કે શ્રેષ્ઠ અને વિદ્વાન વ્યક્તિઓએ ગધેડા પાસેથી ત્રણ ગુણો શીખવા જોઈએ. જે રીતે અત્યંત થાકેલો હોવા છતાં પણ તે ભાર વહન કરે છે, એ જ રીતે બુદ્ધિશાળી વ્યક્તિએ પણ આળસ છોડીને પોતાના લક્ષ્યની પ્રાપ્તિ અને સફળતા માટે હંમેશાં પ્રયત્ન કરતા રહેવું જોઈએ, કર્તવ્યના માર્ગથી ક્યારેય પ્રતિકૂળ ન થવું જોઈએ. કાર્યને સફળ બનાવવા માટે ઠંડી કે ગરમી થવાની પણ ચિંતા ન કરવી જોઈએ. જે રીતે ગધેડો સંતુષ્ટ થઈને ગમે ત્યાં ચરી લે છે, તે જ રીતે બુદ્ધિશાળી વ્યક્તિએ પણ હંમેશાં સંતોષ રાખીને, ફળની ચિંતા કર્યા વગર, યોગ્ય રીતે કર્મમાં પ્રવૃત્ત રહેવું જોઈએ.

મરઘાથી -

प्रत्युत्थानं च युद्धं च संविभागश्च बन्धुषु ।
स्वयमाक्रम्य भोक्तं च शिक्षेच्चत्वारि कुक्कुटात्च्च ॥१८॥

અહીં આચાર્ય ચાણક્ય મરઘાથી શીખવા યોગ્ય ચાર મહત્વપૂર્ણ વાતોની ચર્ચા કરતાં કહે છે કે સમયસર જાગવું, લડવું, ભાઈઓને ભગાડી દેવા, અને તેમનો ભાગ પોત ઝાપટીને ખાઈ જવો, આ ચાર વાતો મરઘાથી શીખો.

કાગડાથી શીખ યોગ્ય વાતોની ચર્ચા કરતાં આચાર્ય કહે છે કે છુપાઈને મૈથુન કરવું, સમયસર સંગ્રહ કરતાં રહેવો, સાવચેત રહેવું, કોઈના પર વિશ્વાસ ન કરવો અને અવાજ કરીને બીજાને પણ ભેગાં કરી લેવા, આ પાંચ ગુણ કાગડાથી શીખો.

કૂતરાથી -

वह्वशी स्वल्पसन्तुष्टः सुनिद्रो लघुचेतनः ।
स्वाभिमक्तश्च शूरश्च षडेते श्वानतो गुणा ॥२०॥

આચાર્ય ચાણક્ય અહીં સંતોષ મગરૂકતા અને સ્વામીભક્તિની ચર્ચા કરતાં કૂતરાના સંદર્ભમાં આ ગુણોના વખાણ કરતાં આની આવશ્યકતાની દૃષ્ટિથી કહે છે કે વધુ ભૂખ્યો હોવા છતાં પણ થોડામાં જ સંતોષ કરી લેવો, ગાઢ નિંદ્રામાં હોવા છતાં પણ સાવધ રહેવું, સ્વામીભક્ત હોવું અને વીરતા, આ છ ગુણ કૂતરાથી શીખવા જોઈએ.

શિક્ષા સબળ બનાવે છે -

य एतान् विंशतिगुणानाचरिष्यति मानवः ।
कार्याऽवस्थासु सर्वासु अजेयः स भविष्यति ॥२१॥

અહીં આચાર્ય ચાણક્ય પૂર્વોક્ત સાધનોથી પ્રાપ્ત ગુણોથી યુક્ત વ્યક્તિના સફળ કામ થવાની ચર્ચા કરતાં કહે છે કે જે મનુષ્ય આ વીસ ગુણોને પોતાના જીવનમાં ધારણ કરે છે, તે બધા કાર્યો અને બધી અવસ્થાઓમાં વિજયી બનશે.

સાતમો અધ્યાય

મનની વાત મનમાં રાખો -

अर्थनाश मनस्तापं गृहिण्याश्चरितानि च ।
नीचं वाक्यं चापमानं मतिमान्न प्रकाशयेत ॥१॥

આચાર્ય ચાણક્ય અમુક વહેવારોમાં ગોપનીયતા વર્તવા સંબંધે ચર્ચા કરતાં જણાવે છે કે ધનનો નાશ થાય ત્યારે, મનમાં દુઃખ થાય ત્યારે, પત્નીની ચાલચલગતની જાણ થાય ત્યારે, નીચ હલકટ વ્યક્તિથી અમુક હલકી વાતો સાંભળી લીધા પછી તથા સ્વયં કોઈનાથી અપમાનિત થવાથી પોતાના મનની વાતોને કોઈને બતાવવી જોઈએ નહીં. આ જ સમજણ છે.

અહીં આચાર્ય ચાણક્ય વ્યક્તિને લાજ સંકોચ શરમ કરવાના સંદર્ભમાં બતાવી રહ્યા છે કે ધન અને અનાજના લેણદેણ વખતે, વિદ્યા પ્રાપ્ત કરતી વખતે, ભોજન તથા અરસપરસના વ્યવહારમાં લાજશરમ ન કરનાર સુખી રહે છે.

સંતોષ મોટી વસ્તુ છે -

सन्तोषामृततृप्तानां यत्सुखं शान्तिरेव च ।
न च तद्धनलुब्धानामितश्चेतश्च धावताम ।।३।।

આચાર્ય ચાણક્ય અહીંયા સંતોષ તૃપ્તિના મહત્ત્વને સમર્થન આપતાં કહે છે કે સંતોષરૂપી અમૃતથી તૃપ્ત વ્યક્તિઓને જે સુખ અને શાંતિ મળે છે, તે સુખ શાંતિ ધનની પાછળ આમ-તેમ ભાગનારને નથી મળતી.

सन्तोषस्त्रिषु कर्तव्यः स्वदारे भोजने धने ।
त्रिषु चैव न कर्तव्योऽध्ययने जपदानयोः ।।४।।

અહીંયા આચાર્ય ચાણક્ય સંતોષના મહત્ત્વને સમર્થન આપીને કહે છે કે પુરુષે પોતાની જ સ્ત્રીથી સંતોષ કરવો જોઈએ ભલે પછી તે રૂપવાન હોય અથવા સાધારણ, તે ભણેલી ગણેલી હોય અથવા અભણ - તેની પત્ની છે એ જ મોટી વાત છે. એ જ વ્યક્તિને જે ભોજન મળી જાય તેનાથી જ સંતોષ કરવો જોઈએ, પોતાનું સૂકું ભોજન પણ સારું જ હોય છે. આજીવિકાથી પ્રાપ્ત ધનના સંબંધે પણ ચાણક્યના વિચાર છે કે વ્યક્તિએ અસંતોષમાં દુઃખી ન થવું જોઈએ. આનાથી તેની માનસિક શાંતિ નષ્ટ થાય છે. જો તે આમ નથી કરતો તે તે હંમેશાં દુઃખી રહે છે. આનાથી ઊલટું ચાણક્યનું એમ પણ કહેવું છે કે શાસ્ત્રોનો અભ્યાસ, પ્રભુના નામનું સ્મરણ અને દાન કાર્ય માં ક્યારેય સંતોષ ન કરવો જોઈએ. આ ત્રણે વાતો વધુમાં વધુ કરવાની ઇચ્છા રાખવી જોઈએ. આનાથી માનસિક શાંતિ તથા આત્મિક સુખ મળે છે.

આનાથી બચો -

विप्रयोर्विप्रवह्निश्च दम्पत्योः स्वामिभृत्ययोः ।
अन्तरेण न गन्तव्यं हलस्य वृषभस्य च ।।५।।

આચાર્ય ચાણક્ય અહીંયા માર્ગમાં અપનાવવાના નિષેધ વિશે ચર્ચા કરતાં કહે છે કે બે બ્રાહ્મણોની વચ્ચેથી, બ્રાહ્મણ અને આગની વચ્ચેથી, માલિક અને નોકરની વચ્ચેથી, પતિ અને પત્નીની વચ્ચેથી તથા હળ તથા બળદની વચ્ચેથી

આચાર્ય ચાણક્ય કહે છે કે આગ, ગુરુ, બ્રાહ્મણ, ગાય, કુંવારી કન્યા, વૃદ્ધ લોકો તથા બાળકોને પગથી સ્પર્શ કરી નમન ન કરવું જોઈએ. આમ કરવું અસભ્યતા છે.

शकटं पञ्चहस्तेन दशहस्तेन वाजिनम् ।
हस्तिनं शतहस्तेन देशत्यागेन दुर्जनम् ॥७॥

આચાર્ય ચાણક્ય કહે છે કે બળદગાડાથી પાંચ હાથ, ઘોડાથી દસ હાથ અને હાથીથી સો હાથ દૂર રહેવું જોઈએ, પરંતુ દુષ્ટ વ્યક્તિથી બચવા માટે થોડું ઘણું અંતર પૂરતું નથી. તેનાથી દૂર રહેવા માટે તો જરુર પડે તો દેશ પણ છોડી શકાય.

हस्ती त्वंकुशमात्रेम बाजो हस्तेन तापते ।
श्रृंगीलकुटहस्तेन खड्गहस्तेन दुर्जनः ॥८॥

અહીં આચાર્ય ચાણક્ય અધમી - પાપી - દુષ્ટ લોકોને દુષ્ટતાથી પાઠ શીખવતી વખતે પણ સાવચેતી વર્તવાના મહત્ત્વને સમર્થન આપતાં કહે છે કે હાથીને તે નિયંત્રણથી ઘોડાને હાથથી, શીંગડાવાળા પશુઓને હાથ કે લાકડીથી તથા દુષ્ટોને તલવાર હાથમાં લઈને મારવામાં આવે છે.

तुष्यन्ति भोजने विप्रा मयूरा धनगर्जिते ।
साधवः परसम्पत्तौ खलाः पर विपत्तिषु ॥९॥

આચાર્ય ચાણક્ય દુષ્ટો-પાપીઓની બીજાના દુઃખમાં સુખ અનુભવ કરવાની ખરાબ પ્રવૃત્તિના વખાણ કરતાં કહે છે કે બ્રાહ્મણ તો ભોજનથી ખુશ-આનંદિત થાય છે. મોર વાદળના ગર્જવાથી આનંદિત થઈ ઉઠે છે. સજ્જન બીજાની સમ્પન્નતાથી સુખી થાય છે. પરંતુ દુષ્ટ તો બીજાની વિપત્તિને જોઈને ખુશ થાય છે. આ કેટલી વિચિત્ર વાત છે.

अनुलोमेन बलिनं प्रतिलोमेन दुर्जनम् ।
आत्मतुल्यबलं शत्रुं विनयेन बलेन वा ॥१०॥

આચાર્ય ચાણક્ય વર્તન ધર્મ સમજાવતાં કહે છે કે બળવાન શત્રુને તેની માફક ચાલીને, દુષ્ટોને તેનાથી પ્રતિકૂળ ચાલીને તથા સમાન બળવાળા શત્રુને વિનયથી અથવા બળથી વશમાં કરવો જોઈએ.

યૌવન જ સ્ત્રીઓનું બળ છે -

बाहुवीर्य बलं राजा ब्राह्मणो ब्रह्मविद् बली ।
रूपयौवनमाधुर्यं स्त्रीणां बलमुत्तमम् ॥११॥

આચાર્ય ચાણક્ય સ્ત્રીઓના ગુણોની ચર્ચા કરતાં કહે છે કે બાહુમાં બળ વાળો

छिद्यन्ते सरलास्तत्र कुब्जास्तिष्ठन्ति पादपाः ॥१२॥

જીવનનો સિદ્ધાંત છે કે અતિ સર્વત્ર પ્રતિબંધિત છે ભલે પછી તે જીવનના સંદર્ભમાં સાદગી અથવા ભોળપણના સ્તર પર જ કેમ ન હોય. આથી આચાર્ય ચાણક્ય કહે છે કે બહુ ભોળા ન હોવું જોઈએ. જંગલમાં જઈને જોવાથી ખબર પડે છે કે સીધા ટટ્ટાર વૃક્ષોને કાપી દેવામાં આવે છે, જ્યારે વાંકા ચૂંકાં વૃક્ષો છોડી દેવામાં આવે છે.

હંસની સમાન ન વર્તો -

यत्रोदकं तत्र वसन्ति हंसा स्तयैव शुष्कं परिवर्जयन्ति ।
न हंसतुल्येन नरणभाव्यम् पुनस्त्यजन्ते पुनराश्रयन्ते ॥१३॥

આચાર્ય ચાણક્ય અહીંયા હંસના વર્તનને આદર્શ માનીને ઉપદેશ આપે છે કે જે તળાવમાં પાણી વધુ હોય છે હંસ ત્યાં જ રહે છે. જો ત્યાંનું પાણી સૂકાઈ જાય છે તો તેઓ તેને છોડીને બીજા સ્થળે જતાં રહે છે. જ્યારે વરસાદ અથવા નદીથી તેમાં ફરી પાણી ભરાઈ જાય છે તો તેઓ ફરી ત્યાં પાછા વળે છે. એ જ રીતે હંસ પોતાની જરૂરિયાત મુજબ કોઈ જળાશયને છોડવાનો અથવા તેનો આશ્રય લેતાં રહે છે.

કમાયેલા ધનનો ત્યાગ કરતાં રહો -

उपार्जितानां वित्तानां त्याग एव हि रक्षणम् ।
तडागोदरसंस्थानां परिदाह इदम्मससाम ॥१४॥

અહીં આચાર્ય ચાણક્ય અર્જિત ધનનો સદુપયોગમાં ખર્ચ કરવા વિશે બતાવે છે કે તળાવના જળને સ્વચ્છ રાખવા માટે તેનું વહેતું રહેવું જરુરી છે. તે જ રીતે અર્જિત ધનનો ત્યાગ કરતો રહેવો જ તેની રક્ષા છે.

સત્કર્મમાં જ મહાનતા છે -

स्वर्गस्थितानामिह जीवलोके
चत्वारि चिह्नानि वसन्ति देहे ।
दानप्रसंगो मधुरा च वाणी
देवार्चनं ब्राह्मणतर्पणं च ॥१५॥

સત્કર્મનું આચરણ કરનારા વ્યક્તિને મહાત્મા રૂપમાં વ્યક્ત કરતાં આચાર્ય ચાણક્ય કહે છે કે દાન આપવામાં રુચિ, મીઠી વાણી, દેવતાઓની પૂજા તથા બ્રાહ્મણોને તૃપ્ત રાખવા, આ ચાર લક્ષણોવાળા વ્યક્તિ આ લોકમાં કોઈ સ્વર્ગનો આત્મા હોય છે.

નથી ગણાતો. પરંતુ જો દાન શ્રદ્ધા-ભાવ વગર ફક્ત દેખાવા પૂરતું જ કરવામાં આવે તો તેનાથી ક્યારેય મનવાંછિત કાર્યની સિદ્ધી નથી થતી.

ભાવનામાં જ ભગવાન છે -

काष्ठपाषाण धातूनां कृत्वा भावेन सेवनम् ।
श्रद्धया च तथा सिद्धिस्तस्य विष्णोः प्रसादतः ॥११॥

આચાર્ય ચાણક્ય અહીં પણ ભાવનાને ભગવાન પ્રાપ્તિ માટે મહત્વનું સાધન બતાવતાં કહે છે કે લાકડાં, પથ્થર કે ધાતુની મૂર્તિઓની પણ ભાવનાથી અને શ્રદ્ધાથી પૂજા ભક્તિ કરવાથી ભગવાનની કૃપાથી સાધના ફળે છે.

न देवो विद्यते काष्ठे न पाषाणे न मृण्मये ।
भावे हि विद्यते देवस्तस्माद् भावो हि कारणम् ॥१२॥

આચાર્ય ચાણક્ય કહે છે કે ઈશ્વર ન લાકડામાં છે, ન માટીમાં, ન મૂર્તિમાં, તે ફક્ત ભાવનામાં રહે છે. આથી ભાવના જ મુખ્ય છે.

શાંતિ જ તપ છે -

शांतितुल्यं तपो नास्ति न सन्तोषात्परं सुखम् ।
न तृष्णया परो व्याधिर्न च धर्मो दयापरः ॥१३॥

મહત્ત્વપૂર્ણ કાર્યોની તૈયારીની ચર્ચા કરતાં આચાર્ય ચાણક્ય કહે છે કે શાંતિ સમાન કોઈ તપસ્યા નથી, સંતોષથી ઉત્તમ કોઈ સુખ નહીં, તૃષ્ણાથી મોટો કોઈ રોગ નથી અને દયાથી શ્રેષ્ઠ કોઈ ધર્મ નથી.

સંતોષ સૌથી મોટી વસ્તુ છે -

क्रोधो वैवस्वतो राजा तृष्णा वैतरणी नदी ।
विद्या कामदुधा धेनुः संतोषो नन्दनं वनम् ॥१४॥

આચાર્ય ચાણક્ય અહીં ક્રોધ, તૃષ્ણાની સાપેક્ષ વિદ્યા તથા સંતોષની પ્રતીકાત્મક મહત્તાને સમર્થન આપતાં કહે છે કે ક્રોધ યમરાજ છે, તૃષ્ણા વૈતરણી નદી છે, વિદ્યા કામધેનું છે અને સંતોષ નંદનવન છે.

આનાથી શોભામાં વૃદ્ધિ થાય છે -

गुणो भूषयते रूपं शीलं भूषयते कुलम् ।
सिद्धिर्भूषयते विद्यां भोगो भूषयते धनम् ॥१५॥

અહીં આચાર્ય ચાણક્ય શોભાકારક તત્ત્વોની ચર્ચા કરતાં કહે છે કે ગુણ રૂપની શોભા વધારે છે, ચારિત્ર્યવાન સ્વભાવ કુળની શોભા વધારે છે. સાધનામાં સફળતા

તે પછી આ જળ કરોડો ગણું વધારે થઈને સમુદ્રમાં જ જતું રહે છે.

સ્નાનથી શુદ્ધતા -

तैलाभ्यंगे चिताधूमे मैथुने क्षौर कर्मणि ।
तावद्भवति चांडालो यावत्स्नानं न समाचरेत् ॥६॥

સ્નાન કરીને જ વ્યક્તિ પવિત્ર થાય છે નહીંતર તે શુદ્ર છે. આને સ્પષ્ટ કરતાં આચાર્ય ચાણક્ય કહે છે કે વિવાહ અગાઉ વર કે વધૂને તેલ લગાવવા જવાની વિધિ પહેલા, સ્મશાનમાં દેહ બાળીને આવ્યા પછી, મૈથુન કર્યા પછી તથા વાળ કપાવ્યા પછી જ્યાં સુધી મનુષ્ય સ્નાન નથી કરી લેતો ત્યાં સુધી તે ચાંડાળ હોય છે.

પાણી એક ઔષધિ છે -

अजीर्णे भेषजं वारि जीर्णे तद् बलप्रदम् ।
भोजने चामृतं वारि भोजनान्ते विषप्रदम् ॥७॥

જળની ગુણવત્તા બતાવતાં આચાર્ય કહે છે કે ભોજન ન પચે ત્યારે જળ ઔષધિ સમાન છે. ભોજન કરતી વખતે જળ અમૃત છે તથા ભોજન પછી વિષનું કામ કરે છે.

જ્ઞાનને વ્યવહારમાં લાવો -

हतं ज्ञानं क्रियाहीनं हतरश्चाज्ञानता नरः ।
हतं निर्णायकं सैन्यं स्त्रियो नष्टा ह्यभर्तृका ॥८॥

આચાર્ય ચાણક્ય કહે છે કે જે જ્ઞાન પર આચરણ ન કરવામાં આવે, તે જ્ઞાન નષ્ટ થઈ જાય છે. અજ્ઞાનથી મનુષ્ય નાશ પામે છે. સેનાપતિ વગર સેના તથા પતિ વગર સ્ત્રી નાશ પામે છે.

આને વિડમ્બના જ સમજો -

वृद्धकाले मृता भार्या बन्धुहस्तगतं धनम् ।
भोजनं च पराधीनं तिस्त्र पुंसां विडम्बना ॥९॥

આચાર્ય ચાણક્ય કહે છે કે વૃદ્ધાવસ્થામાં પત્નીનું મૃત્યુ, ધનનું ભાઈઓનાંહાથમાં જતું રહેવું, ભોજન માટે પરવશતા, આને પુરુષ માટે દુઃખોનો પહાડ તૂટવા સમાન જ સમજો.

શુભ કર્મ કરો -

नाग्निहोत्रं विना वेदा न च दानं विना क्रिया ।

આચાર્ય ચાણક્ય અધમ કે નીચ કર્મ કરનારા વ્યક્તિને નરકનો અધિકારી હોવાના સંદર્ભમાં કહે છે કે અત્યંત ક્રોધ, કડવી વાણી, દરિદ્રતા, સગાંસંબંધીઓથી વેર,નીચ લોકોનો સંગાથ, કુળહીનની સેવા નરકની આત્માઓના આ જ લક્ષણ હોય છે.

गम्यते यदि मृगेन्द्रमन्विरे लभ्यते करकपोलमौक्तिकम् ।
जम्बुकाश्रयगतं च प्राप्यते वत्सपुच्छखरचर्मखंडम् ॥१७॥

સોબતના પ્રભાવને દર્શાવતા આચાર્ય ચાણક્ય કહે છે કે જો કોઈ સિંહની ગુફામાં જાય, તો તે ત્યાં હાથીના કપાળનું મોતી પ્રાપ્ત થાય છે. જો એ જ વ્યક્તિ શિયાળની બખોલમાં જાય, તો તેને વાછરડાનું પૂંછડું તથા ગધેડાની ચામડીનો ટૂકડો જ મળશે.

વિદ્યા વિના જીવન બેકાર છે -

शुनः पुच्छमिव व्यर्थ जीवितं विद्यया विना ।
न गुह्यगोपने शक्तं न च दंशनिवारणे ॥१८॥

આચાર્ય ચાણક્ય કહે છે કે જે રીતે કૂતરાની પૂંછડીથી ન તો તેના ગુપ્ત અંગ છુપાય છે અને ના તે પૂંછડી મચ્છરોને કરડતા રોકી શકે છે, એ જ રીતે વિદ્યા વિનાનું જીવન પણ વ્યર્થ છે. કારણ કે વિદ્યાવિહીન મનુષ્ય મૂર્ખ હોવાના કારણે ન પોતાની રક્ષા કરી શકે છે ન પોતાનું ભરણપોષણ.

સૌથી મોટી શુદ્ધતા છે -

वाचा मनसः शौचं शौचमिन्द्रियनिग्रहः ।
सर्वभूतदया शौचमेतच्छौचं परमार्थिनाम् ॥१९॥

આચાર્ય ચાણક્ય કહે છે કે મન, વાણીને પવિત્ર રાખવી, ઈન્દ્રિયોનું દમન, પ્રાણીઓ પર દયા કરવી અને બીજા પર ઉપકાર કરવો સૌથી મોટી શુદ્ધત

દેહમાં આત્માને જુઓ -

पुष्पे गन्धं तिले तैलं काष्ठे वह्निः पयोघृतम् ।
इक्षौ गुडं तथा देहे पश्यात्मानं विवेकतः ॥२०॥

આચાર્ય ચાણક્ય આત્માના સંદર્ભમાં કહે છે કે ફૂલોમાં સુગંધ, તલ ઈંધણમાં અગ્નિ, દૂધમાં ઘી, તથા શેરડીમાં ગોળની જેમ વિવેક આત્માને જુઓ.

સન્માન જ મહાપુરુષોનું ધન છે -

अधमा धनमिच्छन्ति धनं मानं च मध्यमा : ।
उत्तमा मानमिच्छन्ति मानो हि महतां धनम् ॥१॥

મહાપુરુષોના ધનની ચર્ચા કરતાં આચાર્ય ચાણક્ય કહે છે કે અધમ ધનની ઈચ્છા રાખે છે, મધ્યમ ધન અને માન ઈચ્છે છે, પરંતુ ઉત્તમ ફક્ત માન ઈચ્છે છે. મહાપુરુષોનું ધન માન જ છે

દાનનો કોઈ સમય નથી હોતો -

इक्षुरापः पयोमलं ताम्बूलं फलमौषधम् ।
भक्षयित्वापि कर्तव्या स्नानदानादिकाः क्रिया ॥२॥

અહીં આચાર્ય ચાણક્ય સ્નાન, દાન માટે કોઈ નિષેધ કે સમયનું બંધન ન માનતાં કહે છે કે શેરડી, જળ, દૂધ, મૂળ, પાન, ફળ અને ઔષધિને ખાઈ લીધા પછી પણ સ્નાન દાન વગેરે કાર્ય કરી શકાય.

જેવું અન્ન તેવું સંતાન -

दीपो भक्षयते ध्वान्तं कज्जलं च प्रसूयते ।
यदन्नं भक्ष्यते नित्यं जायते तादृशी प्रजा ॥३॥

જેવું અન્ન તેવું મનની ચર્ચા કરતાં આચાર્ય કહે છે કે દીપક અંધકારને ખાય છે અને કાજળ ઉત્પન્ન કરે છે. આથી દરરોજ જેવું અનાજ ખાય છે, તેવા જ સંતાનને જન્મ આપે છે.

સૌથી મોટો નીચ -

चाण्डालानां सहस्त्रैश्च सूरिभिस्तत्त्वदर्शिभिः ।
एको हि यवनः प्रोक्तो न नीचो यवनात्परः ॥४॥

ઘોડાને નિમ્નતર કોટિનો માનીને આચાર્ય ચાણક્ય કહે છે કે તત્વદર્શી વિદ્વાનોએ કહ્યું છે કે હજાર ચાંડાળો બરોબર એક ઘોડો હોય છે. ઘોડાથી નીચ કોઈ નથી હોતું.

ધનનો સદ્દુપયોગ -

वित्तं देहि गुणान्वितेषु मतिमान्नान्यत्र देहि क्वचित्,
प्राप्तं वारिनिधेर्जलं धनयुतां माधुर्ययुक्तं सदा ।
जीवाः स्थावर जंगमाश्च सकला संजीव्य भूमण्डलम्
भूयं पश्य तदैव कोटिगुणितं गच्छन्त्यम्भोनिधिम् ॥५॥

આચાર્ય ચાણક્ય અધમ કે નીચ કર્મ કરનારા વ્યક્તિને નરકનો અધિકારી હોવાના સંદર્ભમાં કહે છે કે અત્યંત ક્રોધ, કડવી વાણી, દરિદ્રતા, સગાંસંબંધીઓથી વેર,નીચ લોકોનો સંગાથ, કુળહીનની સેવા નરકની આત્માઓના આ જ લક્ષણ હોય છે.

गम्यते यदि मृगेन्द्रमन्विरे लभ्यते करकपोलमौक्तिकम् ।
जम्बुकाश्रयगतं च प्राप्यते वत्सपुच्छखरचर्मखंडम् ॥१७॥

સોબતના પ્રભાવને દર્શાવતા આચાર્ય ચાણક્ય કહે છે કે જો કોઈ સિંહની ગુફામાં જાય, તો તે ત્યાં હાથીના કપાળનું મોતી પ્રાપ્ત થાય છે. જો એ જ વ્યક્તિ શિયાળની બખોલમાં જાય, તો તેને વાછરડાનું પૂંછડું તથા ગધેડાની ચામડીનો ટૂકડો જ મળશે.

વિદ્યા વિના જીવન બેકાર છે -

शुनः पुच्छमिव व्यर्थ जीवितं विद्यया विना ।
न गुह्यगोपने शक्तं न च दंशनिवारणे ॥१८॥

આચાર્ય ચાણક્ય કહે છે કે જે રીતે કૂતરાની પૂંછડીથી ન તો તેના ગુપ્ત અંગ છુપાય છે અને ના તે પૂંછડી મચ્છરોને કરડતા રોકી શકે છે, એ જ રીતે વિદ્યા વિનાનું જીવન પણ વ્યર્થ છે. કારણ કે વિદ્યાવિહીન મનુષ્ય મૂર્ખ હોવાના કારણે ન પોતાની રક્ષા કરી શકે છે ન પોતાનું ભરણપોષણ.

સૌથી મોટી શુદ્ધતા છે -

वाचा मनसः शौचं शौचमिन्द्रियनिग्रहः ।
सर्वभूतदया शौचमेतच्छौचं परमार्थिनाम् ॥१९॥

આચાર્ય ચાણક્ય કહે છે કે મન, વાણીને પવિત્ર રાખવી, ઈન્દ્રિયોનું દમન, બધા પ્રાણીઓ પર દયા કરવી અને બીજા પર ઉપકાર કરવો સૌથી મોટી શુદ્ધતા છે.

દેહમાં આત્માને જુઓ -

पुष्पे गन्धं तिले तैलं काष्ठे वह्निः पयोघृतम् ।
इक्षौ गुडं तथा देहे पश्यात्मानं विवेकतः ॥२०॥

આચાર્ય ચાણક્ય આત્માના સંદર્ભમાં કહે છે કે ફૂલોમાં સુગંધ, તલમાં તેલ, ઈંધણમાં અગ્નિ, દૂધમાં ઘી, તથા શેરડીમાં ગોળની જેમ વિવેકથી દેહમાં આત્માને જુઓ.

निर्गुमस्य हतं रूपं दुःशीलस्य हतं कुलम् ।
असिद्धस्य हता विद्या अभोगस्य हतं धनम् ॥१६॥

આચાર્ય ચાણક્ય દુર્ગુણોના કારણે સદ્ગુણોના નાશની ચર્ચા કરતાં કહે છે કે ગુણહીનનું રૂપ, દુરાચારીનું કુળ, તથા અયોગ્ય વ્યક્તિની વિદ્યા નષ્ટ (નાશ) થઈ જાય છે. ધનનો ભોગ ન કરવાથી ધન નષ્ટ થઈ જાય છે.

આને શુદ્ધ કરો -

शुद्धं भूमिगतं तोयं शुद्धा नारी पतिव्रता ।
शुचिः क्षेमकरो राजा सन्तोषी ब्राह्मम्म शुचिः ॥१७॥

આચાર્ય ચાણક્ય અહીં શુદ્ધતાની ચર્ચા કરતાં કહે છે કે ભૂમિગત જળ શુદ્ધ હોય છે, પતિવ્રતા સ્ત્રી શુદ્ધ હોય છે, પ્રજાનું કલ્યાણ કરનાર રાજા શુદ્ધ હોય છે તથા સંતોષી બ્રાહ્મણ શુદ્ધ હોય છે.

દુર્ગુણોનો દુષ્પ્રભાવ -

असन्तुष्टा द्विजा नष्टाः सन्तुष्टाश्च महीभूताः ।
सलज्ञा गणिका नष्टानिर्लज्जाश्च कुलांगनाः ॥१८॥

આચાર્ય ચાણક્ય અહીં એવા દુર્ગુણોની ચર્ચા કરે છે કે જે દુષ્પ્રભાવી હોય છે. આ મુજબ જોઈએ તો અસંતુષ્ટ બ્રાહ્મણ તથા સંતુષ્ટ રાજા નાશ પામે છે. લાજ શરમ કરનારી વેશ્યા તથા બેશરમ લાજ વિનાની કુળવાન ઘરની વહુ નાશ પામે છે.

વિદ્વાન બધી જગ્યાએ પૂજાય છે -

किं कुलेन विशालेन विद्याहीने व देहिनाम् ।
दुष्कुलं चापि विदुषी देवैरपि हि पूज्यते ॥१९॥

વિદ્વાનનું મહત્ત્વ બતાવતાં આચાર્ય કહે છે કે વિદ્યાહીન હોય તો વિશાળ કુળનું શું કામ ? વિદ્વાન નીચ કુળનો હોય તો પણ દેવતાઓ દ્વારા પણ પૂજવામાં આવે છે.

विद्वान् प्रशस्यते लोके विद्वान् सर्वत्र गौरवम् ।
विद्वया लभते सर्वं विद्या सर्वत्र पूज्यते ॥२०॥

આચાર્ય ચાણક્ય વિદ્વાનની પ્રશંસા કરતાં કહે છે કે વિદ્વાનની લોકોમાં પ્રશંસા થાય છે, વિદ્વાનને સર્વત્ર ગૌરવ મળે છે, વિદ્યાથી બધું જ પ્રાપ્ત થાય છે અને વિદ્યાની સર્વત્ર પૂજા થાય છે.

मांसभक्ष्यैः सुरापानैमूर्खैश्छास्त्रवर्जितैः ।
पशुभिः पुरुषाकैरणक्रांताऽस्ति च मेदिनी ॥२१॥

આનાથી નુકસાન જ થાય છે -

अन्नहीनो वदेहद्राष्टं मन्त्रहीनश्च ऋत्विजः ष
यजमानं दानहीनो नास्ति यज्ञसमो रिपुः ॥२२॥

આચાર્ય ચાણક્ય નુકસાનકારક કારણોની ચર્ચા કરતાં કહે છે કે અન્ન વિનાનો રાજા રાષ્ટ્રને ખતમ કરી દે છે, નષ્ટ કરી દે છે. મંત્રહીન બ્રાહ્મણ તથા દાન ન આપનાર યજમાન પણ રાષ્ટ્રને ખતમ કરી દે છે. આ પ્રકારના બ્રાહ્મણો દ્વારા યજ્ઞ કરાવવો અને આવા યજમાનનું હોવું અને તેમના દ્વારા યજ્ઞ કરવો રાષ્ટ્રની સાથે શત્રુતા છે.

નવમો અધ્યાય

મોક્ષ -

मुक्तिमिच्छसि चेतात विषयान् विषवत् त्यज ।
क्षमाऽऽर्जवदयाशौचं सत्यं पीयूषवत् पिब ॥१॥

આચાર્ય ચાણક્ય અહીં મોક્ષ માટે અપેક્ષા મુજબની સ્થિતિઓની ચર્ચા કરતાં કહે છે કે હે પ્રિયા, જો તમે મુક્તિની ઇચ્છા ધરાવો છો તો વિષયોને વિષ સમજીને એનો ત્યાગ કરો. ક્ષમા, દયા, પવિત્રતા, સત્ય, આર્ય વગેરે ગુણોનું અમૃત સમાન સેવન કરો.

परस्परस्य मर्माणि ये भाषन्ते नराधमाः ।
ते एव विलयं यान्ति वल्मीकोदरसर्पवत् ॥२॥

આચાર્ય કહે છે કે જે વ્યક્તિ અરસપરસ એકબીજાની વાતોને બીજા લોકોને જણાવી દે છે તેઓ બાંબી (સાપનું ઘર)ના અંદરના સાપની સમાન નષ્ટ થઈ જાય છે.

વિડંબના -

गन्धं सुवर्णे भलमिक्षुदण्डे नाकारिपुष्पं खलु चन्दनस्य ।
विद्वान धनी भूपतिर्दीर्घजीवी धातुः पुरा कोऽपि न बुद्धिदोऽभूत ॥३॥

મોટી ગુણી વસ્તુમાં પ્રદર્શનનો ગુણ નથી હોતો. આની ચર્ચા કરતાં આચાર્ય કહે છે કે સોનામાં સુગંધ, શેરડીમાં ફળ, ચંદનમાં ફૂલ નથી હોતા. વિદ્વાન ધનવાન નથી હોતો અને રાજા દીર્ઘ આયુષ્યવાળો નથી હોતો. શું બ્રહ્માને પહેલાં કોઈએ આ બુદ્ધિ ન આપી ?

સૌથી મોટું સુખ -

सर्वौषधीनाममममृतं प्रधानं सर्वेषु सौख्येष्वशनं प्रधानम् ।

બધી ઇન્દ્રિયોમાં આંખો મુખ્ય છે. બધા અંગોમાં માથું મહત્વપૂર્ણ છે.

વિદ્યાનું સન્માન -

दूतो न सञ्चरित खे न चलेच्च वार्ता
पूर्वं न जल्पितमिदं न च संगमोऽस्ति ।
व्योम्निस्मि रविशशिग्रहणं प्रशस्तं
जानाति यो द्विजवरः स कतं न विद्वान् ॥५॥

આચાર્યનું કહેવું છે કે આકાશમાં ના કોઈ દૂત જઈ શકે છે અને ના તેની જોડે કોઈ વાત થઈ શકે છે. ના પહેલાથી કોઈએ બતાવ્યું છે અને ના ત્યાં કોઈને મળી જ શકાય છે. તો પણ વિદ્વાન લોકો સૂર્ય અને ચંદ્રગ્રહણના વિષયમાં પહેલાથી જ જણાવી દે છે. આવા લોકોને કોણ વિદ્વાન નહીં કહે ?

આમને સૂવા ન દો -

विद्यार्थी सेवकः पान्थः क्षुधार्तो भयकातरः ।
भाण्डारी च प्रतिहारी सप्तसुप्तान् प्रबोधयेत ॥६॥

આચાર્ય ચાણક્ય ઊંઘતાને જગાડનારા પાત્રોની ચર્ચા કરતાં કહે છે કે વિદ્યાર્થી, સેવક, વટેમાર્ગુ, ભૂખથી દુઃખી, ભયભીત, ભાંડારી, દ્વારપાળ - આ સાતેયને ઊંઘમાંથી જગાડી દેવા જોઈએ.

આમને જગાવો નહીં -

अहिं नृपं च शार्दूलं वराटं बालकं तथा ।
परश्वानं च मूर्खं च सप्तसुप्तान्न बोधयेत् ॥७॥

અહીં આચાર્ય ચાણક્યનું કહેવું છે કે સાપ, રાજા, સિંહ, બાળક, બીજાનો કૂતરો, તથા મૂર્ખ આમને ઊંઘમાંથી જગાડવા જોઈએ નહીં.

આમનાથી કોઈ નુકસાન નથી -

अर्थादीताश्च यैर्वेदास्तथा शूद्रान्नभोजिनः ।
ते द्विजाः, किं करिष्यन्ति निर्विषा इव पन्नगाः ॥८॥

આચાર્યનું કહેવું છે કે ધન માટે વેદોનું અધ્યયન કરનાર શુદ્રોનું અન્ન ખાનાર બ્રાહ્મણ વિષહીન સાપના સમાન છે, આવા બ્રાહ્મણનું શું કરશો ?

હેતુ એ છે કે વેદોનો અભ્યાસ જ્ઞાન પ્રાપ્ત કરવા માટે કરવામાં આવે છે, પરંતુ જે બ્રાહ્મણ ધન કમાવવા માટે વેદ ભણે છે તથા શુદ્રોનું અનાજ ખાય છે, તે બ્રાહ્મણ વિષહીન સાપના સમાન હોય છે. આવા બ્રાહ્મણ પોતાના જીવનમાં કોઈ

यस्मिन् रुष्टे भयं नास्ति तुष्टे नैव धनागमः ।
निग्रहोऽनुग्रहो नास्ति स रुष्टः किं करिष्यति ॥९॥

આચાર્ય અહીં કહે છે કે જેમના રિસાવાથી કોઈ ભય નથી હોતો અને ના પ્રસન્ન થવાથી ધન મળે છે. જે કોઈને દંડ નથી આપી શકતો તથા ના કોઈના પર કૃપા કરી શકે છે, આવો વ્યક્તિ રિસાવાથી શું કરી લેશે ?

દંભ પણ આવશ્યક છે -

निर्विषेणापि सर्पेण कर्तव्या महती फणा ।
विषमस्तु न वाप्यस्तु घटाटोपो भयंकरः ॥१०॥

આચાર્ય અહીંયા દંભની ચર્ચા કરતાં કહે છે કે વિદ્વાનોનો પરોઢનો સમય મહાભારતની કથામાં વિતે છે, બપોરનો સમય રામાયણની કથામાં વિતે છે, રાત્રિમાં તેમનો સમય ચોર પ્રસંગ (કૃષ્ણકથા)માં વિતે છે. આ જ મહાન પુરુષોની જીવનચર્યા હોય છે.

મહાપુરુષોનું જીવન -

प्राप्त द्यूतप्रसंगेन मध्याह्ने स्त्रीप्रसंगतः ।
रात्रौ चौरप्रसंगेन कालो गच्छति धीमताम् ।.११॥

સૌંદર્ય હ્રાસ -

स्वहस्तग्रथिता माला स्वहस्तघृष्टचन्दनम् ।
स्वहस्तलिखितस्तोत्रं शक्रस्यापि श्रियं हरेत् ॥१२॥

આચાર્ય ચાણક્યનું કહેવું છે કે પોતાના હાથથી ગૂંથેલી માળા, પોતાના હાથથી ઘસેલું ચંદન તથા પોતાના જ હાથોથી લખેલો સ્તોત્ર (સ્તુતિનો શ્લોક કે ગ્રંથ) ઈન્દ્રની શોભાને પણ જીતી લે છે.

મસળવું -

इक्षुदण्डास्तिलाः शूद्रा कान्ताकाञ्चनमेदिनी ।
चन्दनं दधि ताम्बूलं मर्दनं गुणवर्धमनम् ॥१३॥

આચાર્ય ચાણક્ય અહીંયા ચોળી નાખવાની ગુણવત્તા પર ચર્ચા કરતાં કહે છે કે શેરડી, તલ, શુદ્ર, પત્ની, સોનુ, પૃથ્વી, ચંદન, દહી તથા પાન આમને કચડીને મસળવાથી જ ગુણ વધે છે.

ઉપચાર ગુણ -

दरिद्रता धीरतया विराजते, कुवस्त्रता स्वच्छतया विराजते ।

છે, ગરમ કરવાથી વાસી ભોજન પણ સુંદર લાગે છે અને ચારિત્ર્યવાન સ્વભાવથી કુરુપતા પણ સુંદર લાગે છે.

દસમો અધ્યાય

વિદ્યા અર્થથી મોટું ધન -

धनहीनो न च हीनश्च धनिक स सुनिश्चयः ।
विद्या रत्नेन हीनो यः स हीनः सर्ववस्तुषु ॥१॥

આચાર્ય ચાણક્ય અહીં વિદ્યાને અર્થ (ધન)થી મોટું ધન બતાવતાં કહે છે કે ધનહીન વ્યક્તિ હીન ન કહેવાય. તેને ધનવાન જ સમજવો જોઈએ. જે વિદ્યા રત્નથી હીન છે, આખરે તે જ બધી વસ્તુઓમાં હીન છે.

મતલબ એ છે કે જો વિદ્વાન વ્યક્તિ ગરીબ છે, તો તેને હીન ન માની શકાય, બલ્કે તે શ્રેષ્ઠ જ ગણાય છે. વિદ્યાહીન મનુષ્ય બધા જ ગુણોથી હીન જ કહેવાય છે ભલે પછી તે ધનવાન જ કેમ ન હોય કારણ કે વિદ્યાથી ગુણ અથવા હુન્નરથી વ્યક્તિ કમાણી કરી શકે છે. આથી વ્યક્તિએ વિદ્યારૂપી કમાણી કરવી જોઈએ, કોઇ હુન્નર શિખવું જેથી તેને ધનની પ્રાપ્તિ થાય અને તે પોતાના જીવનને આવશ્યકતાનુસાર ચલાવી શકે.

સમજી વિચારીને કર્મ કરો -

दृष्टिपूतं न्यसेत् वस्त्रपूतं जलं पिवेत् ।
शास्त्रपूतं वदेद् वाक्यं मनःपूतं समाचरेत् ॥२।

અહીં આચાર્ય કાર્ય પ્રતિપાદનની ચર્ચા કરતાં કહે છે કે આંખોથી સારી રીતે જોયાં પછી પગ મૂકવો જોઈએ, જળ વસ્ત્રથી ગાળીને પીવું જોઈએ. શાસ્ત્રો પ્રમાણે જ વાત કહેવી જોઈએ તથા જે કામને કરવા મન આજ્ઞા આપે તે જ કરવું જોઈએ.

सुखार्थी चेत् त्यजेद्विद्यां त्यजेद्विद्यां चेत् त्यजेत्सुखम् ।
सुखार्थिनः कुतो विद्या कुतो विद्यार्थिनः सुखम् ॥३॥

આચાર્ય કહે છે કે જો સુખની ઇચ્છા છે, તો વિદ્યા ત્યજી દો અને જો વિદ્યાની ઇચ્છા છે, તો સુખોનો ત્યાગ કરો. સુખ ઇચ્છનારને વિદ્યા ક્યાં અને વિદ્યા ઇચ્છનારને સુખ ક્યાં.

कवयः किं न पश्यन्ति किं न कुर्वन्ति योषितः ।

કરતાં ? તથા કાગડાઓ શું નથી ખાતા?

ભાગ્ય -

रंकं करोति राजानं राजानं रंकमेव च ।
धनिनं निर्धनं चैव निर्धनं धनिनं विधिः ।।५।।

આચાર્ય ચાણક્ય અહીં ભાગ્યની ચર્ચા કરતાં કહે છે કે નસીબ ગરીબને રાજા તથા રાજાને ગરીબ બનાવી દે છે. ધનવાનને ગરીબ તથા ગરીબને ધનવાન બનાવી દે છે. અર્થાત્ નસીબ બહુ બળવાન છે.

લોભી પાસેથી કશું ન માંગો -

लुब्धानां याचकः शत्रुर्मूर्खाणां बोधकः रिपुः ।
जारस्त्रीणा पतिः शत्रुश्चौराणां चन्द्रमा रिपुः ।।६।।

આચાર્ય ચાણક્ય કહે છે કે લોભી વ્યક્તિઓ માટે ભીખ, ફાળો તથા દાન માગનારા વ્યક્તિ શત્રુરૂપ હોય છે, કારણ કે માગનારને આપવા માટે એમને પોતાની પાસેના ધનને છોડવું પડે છે. એ જ રીતે મૂર્ખાઓને પણ સમજાવનાર વ્યક્તિ પોતાનો દુશ્મન લાગે છે, કારણ કે તે તેમની મૂર્ખતાને ટેકો નથી આપતા. ખરાબ આચરણવાળી સ્ત્રીઓ માટે પતિ પણ તેમનો શત્રુ હોય છે. કારણ કે તેમના કારણે તેમની આઝાદી અને ઉદ્દંડતામાં વિઘ્ન પડે છે. ચોર ચંદ્રને પોતાનો શત્રુ સમજે છે, કારણ કે તેમના માટે અંધારામાં છુપાવવું સરળ હોય છે, ચંદ્રની ચાંદનીમાં નહીં.

ગુણહીન વ્યક્તિ પશુ સમાન -

येषां न विद्या न तपो न दानं ज्ञानं न शीलं न गुणो न धर्मः ।
ते मर्त्यलोके भुविः भारभूता मनुष्यरूपेण मृगाश्चरन्ति ।।७।।

આચાર્ય ચાણક્ય અહીં વિદ્યા, દાન, ચારિત્ર્ય વગેરે ગુણોથી હીન વ્યક્તિના નકામા હોવા (નિરર્થકતા)ની ચર્ચા કરતાં કહે છે કે જેમનામાં વિદ્યા, તપસ્યા, દાન આપવું, ચારિત્ર્ય, ગુણ તથા ધર્મમાંથી એક પણ ગુણ નથી, તે મનુષ્ય, પૃથ્વી પર ભારરૂપ છે, તે મનુષ્યના રૂપમાં પશુ છે, જે મનુષ્યોની વચ્ચે ફરી રહ્યા છે.

ઉપદેશ સુપાત્રને જ આપો -

अन्तःसार विहीनानामुपदेशो न जायते ।
मलयाचलसंसर्गात् न वेणुश्चन्दनायते ।।८।।

આચાર્ય ચાણક્ય અહીં ઉપદેશ આપવા માટે સુપાત્રની મહાનતાની ચર્ચા કરતાં

સમજી શકતાં નથી. જેમકે મલયગિરિ પર ઉગવા છતાં પણ તથા ચંદનની જોડે રહેવા છતાં પણ વાંસ સુગંધિત નથી હોતા, એ જ રીતે વિવેકહીન વ્યક્તિઓ પર પણ સજ્જન (સારા લોકો)ના સોબતની કોઇ અસર પડતી નથી.

यस्य नास्ति स्वयं प्रज्ञा शास्त्र तस्य करोति किम् ।
लोचनाभ्यां विहीनस्य दर्पणः किं करिष्यति ॥९॥

આચાર્ય ચાણક્ય કહે છે કે જે લોકો પાસે શાસ્ત્રને સમજવાની બુદ્ધિ નથી, શાસ્ત્ર તેમનું કઇ રીતે અને શું કલ્યાણ કરી શકે ? જેમ કે જેની બંને આંખોમાં જ્યોતિ જ નથી, જે જન્મથી જ અંધ છે, તે આયનામાં પોતાનું મુખ કઈ રીતે જોઈ શકે ? આથી જે રીતે આયનો આંધળા વ્યક્તિ માટે કશા કામનો નથી તો આમાં આયનાને કોઇ દોષ ન આપી શકાય.

दुर्जनं सज्जनं कर्तुमुपायो न हि भूतले ।
अपानं शतधा धौतं न श्रेष्ठमिन्द्रियं भवेत् ॥१०॥

આચાર્ય ચાણક્ય કહે છે કે મળનો ત્યાગ કરનારી ઈન્દ્રિયને ભલે ગમે તેટલીવાર સાફ કરવામાં આવે, સાબુ-પાણીથી સેંકડો વાર ધોવામાં આવે તો પણ તે સ્પર્શ કરવા યોગ્ય નથી બની શકતી, એ જ રીતે ખરાબ દુષ્ટ મનુષ્યને સમજાવવામાં આવે, તે સજ્જન (સારો) મનુષ્ય ન બની શકે.

आप्तद्वेषाद् वेन्मृत्युः परद्वेषातु धनक्षयः ।
राजद्वेषाद् भवेन्नाशो ब्रह्मद्वेषात्कुलक्षयः ॥११॥

આચાર્ય ચાણક્ય કહે છે કે સાધુઓ - મહાત્માઓ જોડે શત્રુતા કરવાથી મૃત્યુ થાય છે. શત્રુ જોડે દ્વેષથી ધનનો નાશ થાય છે. રાજાથી દ્વેષ-શત્રુતા કરવાથી સર્વનાશ થઈ જાય છે અને બ્રાહ્મણથી દ્વેષ કરવાથી કુળનો નાશ થાય છે.

નિર્ધનતા અભિશાપ છે -

वरं वनं व्याघ्रगजेनद्रसेवितं, द्रुमालयः पत्रफलम्बु सेवनम् ।
तृणेषु शय्या शतजीर्मवल्कलं, न बन्धुमध्ये धनहीनजीवनम् ॥१२॥

આચાર્ય ચાણક્ય કહે છે કે મનુષ્ય હિંસક જીવો વાઘ, હાથી અને સિંહ જેવા ભયાનક જાનવરોથી ઘેરાયેલા વનમાં રહી લે, વૃક્ષ પર ઘર બનાવીને રહી લે, ફળપાંદડાં ખાઈને અને પાણી પીને ગુજારો કરી લે, ધરતી પર ઘાસફૂસ પાથરીને સૂઈ જાય અને વૃક્ષોની છાલને ઓઢીને શરીરને ઢાંકી લે, પરંતુ ધનહીન થઈ જાય ત્યારે પોતાના સંબંધીઓ સાથે કદી પણ ન રહે, કારણ કે તેનાથી તેને અપમાન અને ઉપેક્ષાનો જે કડવો ઘૂંટડો પીવો પડે છે, તે હંમેશાં અસહ્ય હોય છે.

આચાર્ય ચાણક્ય કહે છે કે બ્રાહ્મણ વૃક્ષ છે, સંધ્યા તેનું મૂળ છે. વેદ તેની શાખાઓ છે. અને ધર્મ કર્મ તેના પાંદડાંઓ છે, આથી જડની સંભવ થઈ શકે તેટલી રક્ષા કરવી જોઈએ. જડ તૂટી જવાથી શાખાઓ રહેતી નથી અને ન પાંદડાં અર્થાત્ સંધ્યા પૂજા અવશ્ય કરવી જોઈએ.

ઘરમાં ત્રણલોકનું સુખ -

माता च कमला देवी पिता देवो जनार्दनः ।
बान्धवा विष्णुभक्ताश्च स्वदेशो भुवनत्रयम् ॥१४॥

અહીં આચાર્ય ત્રણે લોકોના સુખની ચર્ચા કરતાં કહે છે કે જે મનુષ્યની માતા લક્ષ્મી સમાન છે, પિતા વિષ્ણુ સમાન છે અને ભાઈ બંધુ વિષ્ણુના ભક્ત છે, તેના માટે પોતાનું ઘર ત્રણ લોકના સમાન છે.

ભાવુકતાથી બચો -

एक वृक्षे समारूढा नानावर्णविहंगमाः ।
प्रभाते दिक्षु गच्छन्ति तत्र का परिवेदना ॥१५॥

આચાર્ય ચાણક્ય અહીં વિશ્રામ માટે પોતાના માળામાં આવીને બધાને મળવાના અને સવાર થતાં પોતપોતાના ભોજનની શોધમાં જુદી જુદી દિશામાં નિકળી જવાની પ્રવૃત્તિ પર કહે છે કે એક જ વૃક્ષ પર બેઠેલા અનેક રંગના પક્ષી પ્રભાતમાં જુદીજુદી દિશામાં જતાં રહે છે. આમાં કોઇ નવી વાત નથી. એ જ રીતે પરિવારના બધા સભ્યો પરિવાર રૂપી વૃક્ષ પર આવીને બેસે છે અને સમય થતાં ચાલ્યા જાય છે. આમાં દુઃખ કે નિરાશા શા માટે ? જન્મ-મરણ કે મિલાપ વિરહ તો પ્રકૃતિનો નિયમ છે. જે આવ્યો છે તે એક દિવસે તો જશે જ. આથી આ ભાવુકતાથી બચવું જોઈએ.

બુદ્ધિ જ બળ છે -

बुद्धिर्यस्य बलं तस्य निर्बुद्धेस्तु कुतो बलम् ।
वने सिंहो मदोन्मत्तः शशकेन निपातितः ॥१६॥

આચાર્ય ચાણક્ય કહે છે કે જે વ્યક્તિ પાસે બુદ્ધિ હોય છે, બળ પણ તેની પાસે જ હોય છે. બુદ્ધિહીનનું બળ તો નકામું છે, કારણ કે બુદ્ધિના બળે જ તે તેનો ઉપયોગ કરી શકે છે. નહીંતર નહીં. બુદ્ધિના બળે જ એક બુદ્ધિશાળી સસલાએ ઘમંડી સિંહને વનના કૂવામાં પાડીને મારી નાખ્યો હતો.

બધું જ ઈશ્વરની માયા છે -

का चिन्ता मम जीवने यदि हरिर्विश्वम्भरो गीयते,

આચાર્ય ચાણક્ય કહે છે કે મને જીવનમાં શી ચિંતા, જો હરિને વિશ્વંભર કહેવામાં આવે. જો આમ ન હોત તો બાળકના જીવન માટે માતાના સ્તનોમાં દૂધ કેવી રીતે થાત. આ સમજીને હે યદુપતિ ! લક્ષ્મીપતિ ! હું તમારા ચરણોનું ધ્યાન કરીને સમય વિતાવી રહ્યો છું.

गीर्वामवाणीषु विशिष्टबुद्धि स्तथाऽपि भाषान्तर लोलुपोऽहम् ।
यथा सुरगणेष्वमृते च सेविते स्वर्गांगनानामघरासवे रुचिः ॥१८॥

આચાર્ય ચાણક્ય કહે છે કે સંસ્કૃત ભાષાનું વિશેષ જ્ઞાન હોવા છતાં પણ હું અન્ય ભાષાઓને શીખવા ઇચ્છું છું. સ્વર્ગમાં દેવતાઓની પાસે પીવા માટે અમૃત હોય છે, તો પણ તેઓ અપ્સરાઓમાં હોઠોનો રસ પીવા ઇચ્છે છે.

ઘી સૌથી મોટી શક્તિ -

अन्नाद् दशगुणं पिष्टं पिष्टाद् दशगुणं पयः ।
पयसोऽष्ट गुणं मांसं मांसाद् दशगुणं घृतम् ॥१९॥

અહીં આચાર્ય ચાણક્ય શક્તિની ચર્ચા કરતાં બતાવે છે કે સાધારણ અનાજ કરતાં લોટમાં દસ ગણી શક્તિ છે. લોટથી દસ ગણી શક્તિ દૂધમાં છે. દૂધથી પણ દસ ગણી વધુ શક્તિ માંસમાં છે તથા માંસથી દસ ગણી શક્તિ ઘીમાં છે.

ચિંતા ચિતા સમાન -

शोकेन रोगाः वर्धन्ते पयसा वर्धते तनुः ।
घृतेन वर्धते वीर्य मांसान्मांसं प्रवर्धते ॥२०॥

આચાર્ય ચાણક્ય અહીં કાર્ય કારણની ચર્ચા કરતાં કહે છે કે શોકથી રોગ વધે છે. દૂધથી શરીર વિકાસ પામે છે. ઘીથી વીર્ય વધે છે. માંસથી માંસ વધે છે.

અગિયારમો અધ્યાય

સંસ્કારનો પ્રભાવ -

दातृत्वं प्रियवक्तृत्वं धीरत्वमुचितज्ञता ।
अभ्यासेन न लभ्यन्ते चत्वारः सहजा गुणाः ॥१॥

આચાર્ય ચાણક્ય વ્યક્તિના જન્મજાત ગુણોની ચર્ચા કરતાં કહે છે કે દાન આપવાની ટેવ, પ્રિય બોલવું, ધૈર્ય તથા યોગ્ય જ્ઞાન - આ ચાર વ્યક્તિના સ્વાભાવિક ગુણ છે, જે અભ્યાસમાં નથી આવતા.

પોતાનો વર્ગ -

આચાર્ય ચાણક્ય જાતિ અથવા વર્ગથી હઠીને મદદ લેવાની પ્રવૃત્તિનો નિષેધ કરતા કહે છે કે પોતાના વર્ગને છોડીને બીજા વર્ગની મદદ લેનાર વ્યક્તિ એ રીતે નાશ પામે છે, જે રીતે અધર્મથી એક રાજ્ય નાશ પામે છે.

ગુણ જ બળ છે -

हस्तीस्थूलतनुः स चांकुश वशः किं हस्तिमात्रांऽकुशः ।
दीपे प्रज्वलिते प्रणश्यति तमः किं दीपमात्रं तमः ।
वज्रेणभिहताः पतन्ति गिरयः किं वज्रमात्रं नगाः
तेजो यस्य विराजते स बलवान् स्थूलेषु कः प्रत्ययः ॥३॥

આચાર્ય ચાણક્ય અહીં વસ્તુ અથવા વ્યક્તિની અપેક્ષાએ ગુણવત્તા પર ભાર આપતાં કહે છે કે સ્થૂળ શરીરવાળો હોવા છતાં પણ હાથી અંકુશથી વશમાં કરવામાં આવે છે. તો શું અંકુશ હાથીની બરાબર હોય છે ? દીપક બળીને ઘનઘોર અંધકારને દૂર કરે છે, તો શું અંધકાર દીપકની બરાબર હોય છે. વ્રજના આઘાતોથી પહાડ તૂટીને પડી જાય છે, તો શું પહાડ વજ્રની બરાબર હોય છે? ના જેમાં તેજ હોય છે તે જ બળવાન હોય છે જાડા હોવાથી કોઈ લાભ નથી થતો.

कलौ दशसस्त्राणि हरिस्त्यजति मेदिनीम् ।
तदर्द्धे जाह्नवी तोयं तदर्द्धे ग्रामदेवता ॥४॥

આચાર્ય ચાણક્ય કહે છે કે કળિયુગના દસવર્ષ વીતિ ગયા પછી ભગવાન પૃથ્વીને છોડી દે છે. આનાથી અડધા સમયમાં ગંગા પોતાના જળને છોડી દે છે. આનાથી પણ અડધા સમયમાં ગ્રામ દેવતા પૃથ્વીને છોડી દે છે.

જેવા ગુણ તેવી પ્રવૃત્તિ -

गृहासक्तस्य नो विद्या न दया मांसभोजिनः ।
द्रव्य लुब्धस्य नो सत्यं न स्त्रैमस्य पवित्रता ॥५॥

આચાર્ય ચાણક્ય અસંભવ પર ચર્ચા કરતાં કહે છે કે ગૃહાસક્તને વિદ્યા પ્રાપ્ત નથી થતી. માંસ ખાનારામાં દયા નથી હોતી. ધનના લોભીમાં સત્ય તથા સ્ત્રૈણમાં પવિત્રતા હોવી અસંભવ છે.

આદત નથી બદલાતી -

न दुर्जनः साधुदशामुपैति बहु प्रकारैरपि शिक्ष्यमाणः ।
आमूलसिक्तं प्रयास घृतेन न निम्बवृक्षोः मधुरत्वमेति ॥६॥

अन्तर्गतमलो दुष्टस्तीर्थस्नानशतैरपि ।
न शुद्धयतियाभाण्डं सुरया दाहितं च तत् ॥७॥

આચાર્ય ચાણક્ય અહીંયા પાપીને મદ્યપાત્રના સમાન સંજ્ઞા આપતા કહે છે કે જે રીતે મદ્યપાત્ર અગ્નિમાં બાળવા છતાં પણ શુદ્ધ નથી થતું, એ જ રીતે જેના મનમાં મેલ હોય, તે પાપી ભલે સેંકડો તીર્થ સ્નાન કરી લે, ક્યારેય શુદ્ધ નથી થઈ શકતો.

न वेत्ति यो यस्य गुणप्रकर्षं स तु सदा निन्दति नात्र चित्रम् ।
यथा किराती करिकुम्भलब्धां मुक्तां परित्यज्य विभर्ति गुञ्जाम् ॥८॥

આચાર્ય ચાણક્ય વસ્તુની ગુણ ગ્રહમતાની ચર્ચા કરતાં કહે છે કે જે જેના ગુણો વિશે અજાણ હોય, જો એ તેની નિંદા કરે, તો આમાં આશ્ચર્ય શી વાતનું ? જે રીતે કરિયાતી (ભીલડી) હાથીના મસ્તકના મોતીને છોડીને ગુંજાની માળા પહેરે છે.

મૌન -

यस्तु संवत्सरं पूर्णं नित्यं मौनेन भुञ्जते ।
युगकोटिसहस्त्रन्तु स्वर्गलोक महीयते ॥९॥

આચાર્ય ચાણક્ય અહીં મૌનનું મહત્ત્વ સમજાવતા કહે છે કે મૌન રહેવું એક પ્રકારની તપસ્યા છે. જે વ્યક્તિ ફક્ત એક વર્ષ સુધી મૌન રહીને ભોજન કરે છે, તેને કરોડો યુગો સુધી સ્વર્ગલોકનું સુખ પ્રાપ્ત થાય છે.

વિદ્યાર્થીઓ માટે ન કરવા યોગ્ય વાતો -

कामं क्रोंध तथा लोभं स्वाद श्रृंगारकौतुकम् ।
अतिनिद्राऽतिसेवा व विद्यार्थी ह्यष्य वर्जयेत् ॥१०॥

આચાર્ય ચાણક્ય અહીં વિદ્યાર્થી માટે નિષેધ પ્રવૃત્તિઓની ચર્ચા કરતાં કહે છે કે કામ, ક્રોધ, સ્વાદ, શણગાર, કુતૂહલ, વધુ પડતું ઊંઘવું, અતિ સેવા કરવી, આ આઠ કામોને વિદ્યાર્થીએ ન કરવા.

ઋષિ -

अकृष्ट फलमूलानि वनवासरतः सदा ।
कुरुतेऽहरहः श्राद्धमृषिर्विप्रः स उच्यते ॥११॥

આચાર્ય ચાણક્ય ઋષિના રૂપની ચર્ચા કરતાં કહે છે કે જે બ્રાહ્મણ જોત્યા વિનાની

एकाहारेण सन्तुष्टः षड्कर्मनिरतः सदा ।
ऋतुकालेऽभिगामी च स विप्रो द्विज उच्यते ॥१२॥

અહીં આચાર્ય બ્રાહ્મણના ગુણો વિશે ચર્ચા કરતાં કહે છે કે દિવસમાં એક જ વાર ભોજન કરનાર, અધ્યયન, તપ વગેરે છ કાર્યોમાં વ્યસ્ત રહેનાર તથા ઋતુકાળમાં જ પત્નીથી સંભોગ કરનાર બ્રાહ્મણ જ બ્રાહ્મણ કહેવાય છે.

વૈશ્ય -

लौकिके कर्मणि रतः पशूनां परिपालकः ।
वाणिज्यकृषिकर्मा यः स विप्रो वैश्य उच्यते ॥१३॥

અહીં આચાર્ય ચાણક્ય બ્રાહ્મણ દ્વારા કરાયેલા કાર્યોની ચર્ચા કરે છે જેના પ્રભાવથી તે વૈશ્ય કોટિમાં આવી જાય છે. આચાર્યનું કહેવું છે કે જે બ્રાહ્મણ સાંસારિક કાર્યોમાં વ્યસ્ત રહે છે, પશુપાલન કરે છે, વેપાર તથા ખેતી કરે છે, તેને વૈશ્ય કહેવામાં આવે છે.

બિલાડો -

परकार्यविहन्ता च दाम्भिकः स्वार्थसाधकः ।
छलीद्वेषी मधुक्रूरो मार्जार उच्यते ॥१४॥

આચાર્ય ચાણક્ય કહે છે કે બીજાનું કામ બગાડનારા, પાખંડી, સ્વાર્થી, છળ કરનાર, કપટી, ઈર્ષ્યા કરનાર, સામે મીઠું બોલનાર પરંતુ હૃદયથી ક્રૂર બ્રાહ્મણ બિલાડો કહેવાય છે.

મલેચ્છ (નીચ)

वापीकूपतडागानामारामसुखश्वनाम् ।
उच्छेदने निराशंक स विप्रो म्लेच्छ उच्यते ॥१५॥

આચાર્ય ચાણક્ય કહે છે કે વાવડી, કૂવો, તળાવ, દેવમંદિર વગેરેને નીડરતાથી નાશ (નષ્ટ) કરનાર બ્રાહ્મણ મલેચ્છ (નીચ) કહેવાય છે.

ચંડાળ -

देवद्रव्यं गुरुद्रव्यं परदाराभिमर्षणम् ।
निर्वाहः सर्वभूतेषु विप्रश्चाण्डाल उच्यते ॥१६॥

આચાર્ય ચાણક્ય કહે છે કે જે બ્રાહ્મણ દેવતાઓની કે ગુરુઓની વસ્તુઓને ચોરે છે, બીજાની સ્ત્રીથી સંભોગ કરે છે, અને બધા પ્રાણીઓની વચ્ચે ગુજારો કરી

देयं भोज्यधनं सुकृतिभिर्नो संचयस्तस्य वै,
श्रीकर्मस्य बलेश्च विक्रमपतेरद्यापि कर्ति स्थिता ।
अस्माकं मधुदानयोगरहितं नष्टं चिरात्संचित
निर्वाणादिति नष्टपादयुगलं घर्षत्यमी मक्षिकाः ॥१७॥

દાનની ચર્ચા કરતાં આચાર્ય, ચાણક્ય કહે છે કે મહાપુરુષ ભોજન કરવા યોગ્ય પદાર્થો તથા ધનનું દાન કરે. આને એકઠું કરી રાખવું, યોગ્ય નથી, કર્મ, બલિ વગેરેની કીર્તિ આજ સુધી જેમની તેમ છે. આપણું લાંબા સમયથી ભેગું કરેલું મધ, જેનો આપણે દાન કે ભોગ નથી કર્યો, નાશ પામ્યું છે, એવું વિચારીને દુઃખથી આ મધમાખીઓ પોતાના બંને પગને ઘસે છે.

બારમો અધ્યાય

ગૃહસ્થ ધર્મ -

सानन्दं सदनं सुताश्च सुधयः कान्ता प्रियालापिनी,
इच्छापूर्तिधनं स्वयोषिति रतिः स्वाज्ञापरः सेवकाः ।
आतिथ्यं शिवपूजनं प्रतिदिनं मिष्टान्नपानं गृहे,
साधोः संगमुपासते च सततं धन्यो गृहस्थाश्रमः ॥१॥

આચાર્ય ચાણક્ય અહીં ગૃહસ્થની ચર્ચા કરતાં કહે છે કે જે ગૃહસ્થના ઘરમાં હંમેશાં ઉત્સવ-યજ્ઞ, પાઠ અને કીર્તન વગેરે થતાં રહે છે, સંતાન ભણેલાં-ગણેલાં હોય છે, સ્ત્રી મીઠી વાણી બોલનારી હોય છે, આવશ્યકતાઓની પૂર્તિ માટે પૂરતું ધન હોય છે, પતિ-પત્ની એકબીજામાં આસક્ત હોય છે, સેવક સ્વામીભક્ત અને આજ્ઞાનું પાલન કરનારા હોય છે, અતિથિઓનું ભોજન વગેરેથી સત્કાર અને શિવનું પૂજન થતું રહે છે, ઘરમાં ભોજન વગેરેથી મિત્રોનું સ્વાગત થતું રહે છે તથા મહાત્મા પુરુષોનું આવવા જવાનું રહે છે, આવા પુરુષનું ગૃહસ્થાશ્રમ ખરેખર પ્રશંસા કરવા યોગ્ય છે. આવો વ્યક્તિ અત્યંત ભાગ્યશાળી તથા ધન્ય હોય છે.

आर्तेषु विप्रेषु दयान्वितश्चेच्छ्रद्धेन यः स्वल्पमुपैति दानम् ।
अनन्तपारं समुपैति दानं यद्दीयते तन्न लभेद् द्विजेभ्यः ॥२॥

આચાર્ય ચાણક્ય કહે છે કે દુઃખીઓ અને વિદ્વાનોને જે થોડું પણ દાન કરે છે તેને તેનાથી અનેકગણું આપમેળે જ મળી જાય છે.

दाक्षिण्यं स्वजने दया परजने शाठ्यं सदा दुर्जने ।

આચાર્ય ચાણક્ય અહીં કેટલાક ભલા લોકોની ચર્ચા કરતાં કહે છે કે જે પોતાના લોકોને પ્રેમ, પારકા પર દયા, પાપીઓ જોડે સજ્ઞાઈ, સારા લોકો જોડે સરળતા, મૂર્ખોથી પરેજ, વિદ્વાનોનો આદર, શત્રુઓ જોડે શૂરવીરતા અને ગુરુજનોનું સન્માન કરે છે, જેમને સ્ત્રીઓથી સંબંધ નથી હોતો, આવા લોકો મહાપુરુષ કહેવાય છે. આવા જ લોકોને કારણે દુનિયા ટકેલી છે.

हस्तौ दानवर्जितौ श्रुतिपुटौ सारस्वतद्रोहिणी
नेत्रे साधुविलोकरहिते पादौ न तीर्थं गतौ ।
अन्यायार्जितवित्तपूर्णमुदरं गर्वेण तुंगं शिरौ
रे रे जम्बुक मुञ्च-मुञ्च सहसा नीचं सुनिन्द्यं वपुः ॥४॥

આચાર્ય ચાણક્ય કહે છે કે હાથો દ્વારા દાન નથી કર્યું, કાનથી કોઈ જ્ઞાન નથી સાંભળ્યું, આંખો દ્વારા કોઈ સાધુના દર્શન નથી કર્યા, પગપાળા ક્યારેય કોઈ તીર્થધામ નથી ગયા, અન્યાયથી કમાયેલા ધનથી પેટ ભરતા હોય, અને ઘમંડથી છાતી તાણીને રહેતા હોય. અરે કાયર આ શરીરને તરત જ ત્યજી દો.

येषां श्रीमद्यशोदासुत-पद-कमले नास्ति भक्तिर्नरामाम्
येषामाभीरकन्या प्रियगुणकथने नानुरक्ता रसज्ञा ।
तेषां श्रीकृष्णलीला ललितरसकथा सादरौ नैव कर्णौ,
धिक्तान् धिक्तान् धिगेतान्, कद्ययति सततं कीर्तनरस्था मृदंगा ॥५॥

અહીં પ્રભુ ગુણગાનના મહત્ત્વને બતાવીને આચાર્ય ચાણક્ય કહે છે કે પખાજનો ધ્વનિ બહુ સરસ હોય છે. પખાજથી અવાજ નિકળે છે - ધિક્તાન. જેનો અર્થ છે, તેને ધિક્કાર છે. આની આગળ કવિ કલ્પના કરે છે કે જે લોકોને ભગવાન શ્રીકૃષ્ણના ચરણકમળોમાં પ્રેમ નથી, જેમની જીભને શ્રી રાધાજી અને ગોપીઓના ગુણગાનમાં આનંદ નથી આવતો, જેમના કાન શ્રી કૃષ્ણની સુંદર કથા સાંભળવા માટે સદાય આતુર નથી રહેતા, પખાજ પણ તેમને ધિક્કાર છે, ધિક્કાર છે કહે છે. અર્થ એ જ કે જે વ્યક્તિ જીવનમાં પ્રભુના ગુણગાન નથી કરતો, તેને ધિક્કાર છે, તેનું જીવન નકામું છે, વ્યર્થ છે.

पत्रं नैव यदा करीरविटपे दोषो वसन्तस्य किं
नोलूकोऽप्यलोकयते यदि दिवा सूर्यस्य किं दूषणम् ?
वर्षा नैव पतति चातकमुखे मेघस्य किं दूषणम्
यत्पूर्वं विधिना ललाट लिखितं तन्मार्जितुं कः क्षमः ॥६॥

આચાર્ય ચાણક્ય કહે છે કે જો વાંસનો ફણગો કે કેરડામાં પાન નથી આવતા

સત્સંગતિનો મહિમા -

सत्संगतेर्भवति हि साधुता खलानां
साधूनां न हि खलसंगतेः खलत्वम् ।
आमोदं कुसुमभवं मृदेव धत्ते
मृद्गन्धं न हि कुसुमानि धारयन्ति ॥७॥

આચાર્ય ચાણક્ય સત્સંગનું મહત્ત્વ સમજાવતા કહે છે કે સત્સંગતિથી પાપીઓમાં પણ સાધુતા આવી જાય છે, પરંતુ પાપીઓની સંગતિથી સાધુઓમાં નીચતા નથી આવતી. માટી જ ફૂલોની સુગંધને ધારણ કરી લે છે, પરંતુ ફૂલ માટીની ગંધને નથી અપનાવતા.

સાધુ દર્શનનું પુણ્ય -

साधूनां दर्शनं पुण्यं तीर्थभूताः हि साधवः ।
कालेन फलते तीर्थः सद्यः साधु समागमः ॥८॥

આચાર્ય ચાણક્ય કહે છેકે સાધુઓના દર્શનથી પુણ્ય મળે છે. સાધુ તીર્થ સમાન હોય છે. તીર્થોનું ફળ થોડા સમય પછી મળે છે, પરંતુ સાધુ સમાગમ તરત જ ફળ આપે છે.

તુચ્છતામાં મહત્તા ક્યાં

विप्रास्मिन्नगरे महान् कथय कस्ताल द्रुमाणां गणः
को दाता रजको ददाति वसनं प्रातर्गृहीत्वा निशि ।
को दक्षः परिवित्तदारहरणं सर्वेऽपि दक्षाः जनाः
कस्माज्जीवति हे सखे ! विषकृमिन्यायेन जीवाम्यहम् ॥९॥

આચાર્ય ચાણક્ય કહે છે કે અરે મિત્ર ! આ નગરમાં મોટો કોણ છે ? તાડના વૃક્ષ મોટા છે. દાનવીર કોણ છે ? ધોબી જ અહીં દાનવીર છે, જે સવારે કપડાં લઈ જાય છે તથા સાંજે આપી જાય છે. ચતુર વ્યક્તિ કોણ છે ? બીજાનું ધન તથા સ્ત્રી હરણમાં બધા ચતુર છે. તો પછી તમે આ નગરમાં જીવિત કઈ રીતે રહો છો ? બસ ગંદકીના જીવજંતુની સમાન જીવિત રહું છું.

न विप्रपादोदक पंकितानि न वेदशास्त्रध्वनिगर्जितानि ।
स्वाहास्वधाकारध्वनिवर्जितानि श्मशानतुल्यानि गृहाणितानि ॥१०॥

આચાર્ય ચાણક્ય ઘરના સ્વરૂપની ચર્ચા કરતાં કહે છે કે જે ઘર બ્રાહ્મણના પગની ધૂળના કીચડથી ગંદા નથી થતાં, જેમનામાં વેદ શાસ્ત્રોનો ધ્વનિ નથી સંભળાતો તથા યજ્ઞની સ્વાહા સ્વાહા ધ્વનિઓનો અભાવ રહે છે, આવા ઘર મસાણ સમાન

शान्तिः पत्नी क्षमा पुत्रः षडेते मम बान्धवाः ॥११॥

આચાર્ય ચાણક્ય વ્યક્તિના ગુણોને તેના હિતેચ્છુ બતાવીને કહે છે કે સત્ય મારી માતા છે, જ્ઞાન પિતા છે, ધર્મ ભાઈ છે, દયા મિત્ર છે, શાંતિ પત્ની છે તથા ક્ષમા પુત્ર છે, આ છ જ મારા સગાંસંબંધી છે.

દુષ્ટ તો દુષ્ટ જ છે -

वयसः परिणामे हि यः खलाः खल एव सः ।
सुपक्कमपि माधुर्यं नोपायतीन्द्र वारुणम् ॥१२॥

આચાર્ય ચાણક્ય કહે છે કે ચોથી અવસ્થામાં જે પણ અધમ હોય છે, અધમ જ રહે છે. સારી રીતે પાકી જવા છતાં પણ ઈન્દ્રવારુણ (એક પ્રકારનું ખાટું ફળ)નું ફળ મીઠું નથી હોતું.

અનુરાગ જ જીવન છે -

निमन्त्रणोत्सवा विप्रा गावो नवतृणोत्सवाः ।
पत्युत्साहयुता नार्याः अहं कृष्ण-रणोत्सवः ॥१३॥

આચાર્ય ચાણક્ય કહે છે કે જે રીતે યજમાન દ્વારા આમંત્રણ મળવું જ બ્રાહ્મણો માટે પ્રસન્નતાનો અવસર હોય છે. અર્થાત્ આમંત્રણ મેળવીને બ્રાહ્મણોને સ્વાદિષ્ટ ભોજન તથા દાન દક્ષિણા સુલભ હોય છે અને લીલું ઘાસ મળી જવું ગાયો માટે ઉત્સવ અથવા પ્રસન્નતાજનક વાત હોય છે, એ જ રીતે પતિની પ્રસન્નતા સ્ત્રીઓ માટે ઉત્સવ સમાન હોય છે, પરંતુ મારા માટે તો ભીષણ રણમાં આસક્તિ (અનુરાગ) જ જીવનની સાર્થકતા અર્થાત્ ઉત્સવ છે.

मातृवत् परदारेष परद्रव्येषु लोष्ठवत् ।
आत्मवत् सर्वभूतानि यः पश्यति सः पंडितः ॥१४॥

આચાર્ય ચાણક્ય કહે છે કે પુરુષોએ બીજા પુરુષોની સ્ત્રીઓને માતા સમાન સમજવું, બીજાના ધન પર દાનત ના રાખવી, તેને પારકાં સમજો અને બધાંને પોતાના જેવા જ સમજો. આચાર્ય ચાણક્ય માને છે કે બીજાની સ્ત્રીઓને માતા સમાન, પારકા ધનને માટીના ઢગલા સમાન અને બધા પ્રાણીઓને પોતાના જેવા જ સમજનારા જ સાચા અર્થમાં ઋષિ અને વિવેકશીલ પંડિત કહેવાય છે.

રામનો મહિમા -

धर्मे तत्परता मुखे मधुरता दाने समुत्साहता ।
मित्रेऽवञ्चकता गुरौ विनयता चित्तेऽपि गम्भीरता ।

પવિત્રતા, ગુણો પ્રત્યે આદર, શાસ્ત્રોનું વિશેષ જ્ઞાન, રુપમાં સુંદરતા તથા શિવમાં ભક્તિ-આ બધાં ગુણો એક સાથે છે રાઘવ ! તમારામાં જ છે.

काष्ठं कल्पतरुः सुमेरुरचलश्चिन्तामणिः प्रस्तरः
सूर्यस्तीव्रकरः शशिः क्षयकरः क्षारोहि निरवारिधिः ।
कामो नष्टतनुर्बलिर्दितिसुतो नित्य पशुः कामगोः
नैतास्ते तुलयामि भो रघुपते कस्योपमा दीयते ।१६॥

આચાર્ય ચાણક્ય કહે છે કે કલ્પવૃક્ષ લાકડું છે. સુમેરું પહાડ છે. પારસ ફક્ત એક પથ્થર છે. સૂર્યના કિરણો તીવ્ર છે. ચંદ્રમાં ઘટતો રહે છે. સાગર ખારો છે. કામદેવને શરીર નથી. બલિ દૈત્ય છે. કામધેનુ પશુ છે. હે રામ ! હું તમારી તુલના કોઈની જોડે નથી કરી શકતો. તમારી ઉપમા કોની જોડે આપી શકાય.

શીખ ગમે ત્યાંથી લઈલો -

विनयं राजपुत्रेभ्यः पण्डितेभ्यः सुभाषितम् ।
अनृतं द्यूतकारेभ्यः स्त्रीभ्यः शिक्षेत् कैतवम् ॥१७॥

આચાર્ય ચાણક્યનું કહેવું છે કે વ્યક્તિ દરેકની પાસેથી કંઈક ને કંઈક શીખી શકે છે. વ્યક્તિએ રાજપુત્રોથી વિનયશીલતા અને નમ્રતાની, પંડિતોથી બોલવાની ઉત્તમ રીતની, જુગારીઓએ પાસેથી અસત્ય-ભાષણના રૂપભેદોની તથા સ્ત્રીઓથી છળકપટની શિક્ષા લેવી જોઈએ.

વિચારીને કામ કરો -

अनालोच्य व्ययं कर्ता चानाथः कलहप्रियः ।
आर्तः स्त्रीहसर्वक्षेत्रेषु नरः शीघ्रं विनश्यि ॥१८॥

આચાર્ય ચાણક્ય સમજી વિચારીને કાર્ય કરવાની સલાહ આપતાં કહે છે કે સમજ્યા વિચાર્યા વગર ખર્ચ કરનાર અનાથ, ઝઘડાળું તથા બધી જાતિઓની સ્ત્રીઓ માટે વ્યાકુળ રહેનાર વ્યક્તિ બહુ જલદી નષ્ટ પામે છે.

जलबिन्दुनिपातेन क्रमशः पूर्यते घटः ।
स हेतु सर्वविद्यानां धर्मस्य च धनस्य च ॥१९॥

આચાર્ય ચાણક્ય અહીં થોડી (નાની) બચતનું મહત્ત્વ બતાવીને કહે છે કે એક એક ટીપું નાખવાથી ક્રમશઃ ઘડો ભરાઈ જાય છે. એ જ રીતે વિદ્યા, ધર્મ અને ધનનો પણ સંગ્રહ કરવો જોઈએ.

તેરમો અધ્યાય

આચાર્ય ચાણક્ય અહીં કાર્યની શ્રેષ્ઠતા અને ઉપયોગિતાની ચર્ચા કરતાં કહે છે કે ઉજ્જ્વળ કાર્ય કરનારા મનુષ્ય ક્ષણ માટે પણ જીવે તો સારું છે, પરંતુ બંને લોકની વિરુદ્ધ કામ કરનાર મનુષ્યનું એક કલ્પકાળ (બ્રહ્માના દિવસ જેટલો) સુધી જીવવું પણ નકામું વ્યર્થ છે.

વિતેલી વાતોને ભૂલાવી દો -

गतं शोको न कर्तव्य भविष्यतो नैव चिन्तयेत् ।
वर्तमानेन कालेन प्रवर्तन्ते विचक्षणाः ॥२॥

આચાર્ય ચાણક્ય અહીં વીતેલી વાતને ભૂલીને આગળની સૂધ લેવા પર ભાર આપીને કહે છે કે વીતેલી વાત પર દુઃખ ન કરવું જોઈએ. ભવિષ્યના વિષયમાં પણ વિચારવું ન જોઈએ. બુદ્ધિશાળી લોકો વર્તમાન કાળના પ્રમાણે જ ચાલે છે.

મીઠા બોલ -

स्वभावने हि तुष्यन्ति देवाः सत्पुरुषाः पिताः ।
ज्ञातयः स्नानपानाभ्यां वाक्यदानेन पण्डिताः ॥३॥

આચાર્ય ચાણક્ય અહીં પ્રસન્નતાના સંબંધે ચર્ચા કરતાં કહે છે કે દેવતા, સજ્જન અને પિતા સ્વભાવથી, ભાઈ-બંધુ સ્નાન-પાપથી તથા વિદ્વાન મીઠી વાણીથી પ્રસન્ન થાય છે.

अहो स्वित् विचित्राणि चरितानि महात्मनाम् ।
लक्ष्मीं तृणाय मन्यन्ते तद्भरेण नमन्ति च ॥४॥

મહાપુરુષોની વિનમ્રતાની ચર્ચા કરતાં આચાર્ય ચાણક્ય કહે છે મહાપુરુષોના ચારિત્ર્ય પણ વિચિત્ર હોય છે, લક્ષ્મીને તેઓ તણખલા સમાન માને છે, પરંતુ તેના ભારથી દબાઈ જાય છે.

અતિ સ્નેહ જ દુઃખનું મૂળ છે -

यस्य स्नेहो भयं तस्य स्नेहो दुःखस्य भाजनम् ।
स्नेहमूलानि दुःखानि तानि त्यक्त्वा वसेत्सुखम् ॥५॥

આચાર્ય ચાણક્યનું કહેવું છે કે કોઈના પ્રત્યે પ્રેમ હોય છે, તેને તેનાથી જ ડર પણ હોય છે, પ્રેમ દુઃખનો આધાર છે. સ્નેહ જ બધા દુઃખોનું મૂળ છે, આથી સ્નેહ બંધનોને તોડીને સુખપૂર્વક રહેવું જોઈએ.

ભવિષ્ય પ્રત્યે જાગરૂક રહો -

अनागत विधाता च प्रत्युत्पन्नमतिस्तथारू ।
द्वावेतौ सुखमेवैते यद्भविष्यो विनश्यति ॥६॥

આચાર્ય ચાણક્યનું કહેવું છે કે જે વ્યક્તિ ભવિષ્યમાં આવનારી આપત્તિઓ પ્રત્યે

राज्ञेधर्मणि धर्मिष्ठाः पापे पापाः समे समाः ।
राजानमनुवर्तन्ते यथा राजा तथा प्रजाः ।।७।।

આચાર્ય ચાણક્ય અહીં યથા રાજા તથા પ્રજાની કહેવતને સ્પષ્ટ કરતાં કહે છે કે રાજા પાપી હોય તો પ્રજા પણ પાપી હોય છે, ધાર્મિક હોય તો ધાર્મિક તથા સમાન હોય તો પ્રજા પણ સમાન હોય છે. પ્રજા રાજાના જેવી જ બની જાય છે.

ધર્મહીન મૃત સમાન છે -

जीवन्तं मृतवन्मन्ये देहिनं धर्मवर्जितम् ।
मृतो धर्मेण संयुक्तो दीर्घजीवी न संशयः ।।८।।

આચાર્ય ચાણક્યનું કથન છે કે ધર્મથી હીન પ્રાણીને હું જીવિત છતાં મરેલો (મૃત) સમજું છું. ધર્મપરાયણ વ્યક્તિ મૃત પણ દીર્ઘજીવી છે, એમાં કોઈ શંકા નથી.

धर्मार्थकाममोक्षाणां यस्यैकोऽपि न विद्वते ।
अजागलस्तनस्येव तस्य जन्म निरर्थकम् ।।९।।

આચાર્ય ચાણક્ય અહીં વ્યક્તિની સાર્થકતાની ચર્ચા કરતાં કહે છે કે ધર્મ, અર્થ, કામ તથા મોક્ષમાંથી જે વ્યક્તિને એક પણ નથી મળી શકતું, તેનું જીવન બકરીના ગળામાં સ્તન સમાન વ્યર્થ છે.

दह्यमानां सुतीव्रेण नीचाः परयशोऽग्निना ।
अशक्तास्तत्पदं गन्तुं ततो निन्दां प्रकुर्वते ।।१०।।

આચાર્ય ચાણક્ય બીજાની પ્રગતિના પ્રત્યે ક્ષુદ્ર ભાવ રાખનારા પાપીઓની ચર્ચા કરીને કહે છે કે અધમ વ્યક્તિ બીજાની ચડતીને જોઈને ઈર્ષ્યામાં બળતો રહે છે. તે પોતે પ્રગતિ નથી કરી શકતો એટલે તે નિંદા કરવા લાગે છે.

મોક્ષ માર્ગ -

बन्धन्यं विषयासंगः मुक्त्यै निर्विषयं मनः ।
मन एव मनुष्याणां कारणं बन्धमोक्षयोः ।।११।।

આચાર્ય ચાણક્યનું કથન છે કે બુરાઈઓમાં મન લગાડવું એ જ બંધન છે અને તેના તરફથી મનને હઠાવી લેવું એ જ મોક્ષને માર્ગ દેખાડે છે. આ રીતે આ મન જ બંધન કે મોક્ષ આપનારો છે.

देहाभिमानगलिते ज्ञानेन परमात्मनः ।
यत्र-तत्र मनो याि तत्र-तत्र समाधयः ।।१२।।

આચાર્ય ચાણક્ય સમાધિ અવસ્થાની ચર્ચા કરતાં કહે છે કે પરમાત્માનું જ્ઞાન થઈ

इंप्सितं मनसः सर्वं कस्य सम्पद्यो सुखम् ।
दैवयत्तं यतः सर्वं तस्मात् सन्तोषमाश्रयेत् ॥१३॥

આચાર્ય ચાણક્યનું કહેવું છે કે મન ઇચ્છે તે બધા જ સુખો કોને મળ્યા છે? કારણ કે બધું જ નસીબને આધીન છે. આથી સંતોષ કરવો જોઈએ.

यथा धेनु सहस्त्रेषु वत्सो गच्छति मातरम् ।
तथा यच्च कृतं कर्म कर्तारमनुगच्छति ॥१४॥

આચાર્ય ચાણક્યનું કહેવું છે કે હજારો ગાયો હોય તેમાં વાછરડું પોતાની મા પાસે જ જાય છે, એ જ રીતે કરેલું કર્મ કર્તાની પાછળ પાછળ જાય છે.

अनवस्थितकायस्य न जने न वने सुखम् ।
जनो दहति संसर्गाद् वनं संगविवर्जनात ॥१५॥

આચાર્ય ચાણક્ય ચંચળતાના દુઃખની ચર્ચા કરતાં કહે છે કે જેનું મન સ્થિર નથી હોતું, તે વ્યક્તિને ના તો લોકોની વચમાં સુખ મળે છે અને ના વનમાં. લોકોની વચમાં રહેવાથી તેમનો સંગાથ બાળે છે તથા વનમાં એકલાપણું બાળે છે.

સેવાભાવ -

यथा खनित्वा खनित्रेण भूतले वारि विन्दति ।
तथा गुरुगतां विद्यां शुश्रूषुरधिगच्छति ॥१६॥

આચાર્ય ચાણક્યનું કહેવું છે કે જે રીતે કુહાડીથી ખોદીને ભૂમિમાં થી જળ કાઢવામાં આવે છે, એ જ રીતે સેવા કરનારો વિદ્યાર્થી ગુરુથી વિદ્યા પ્રાપ્ત કરે છે.

પૂર્વ જન્મ -

कर्मायत्तं फलं पुंसां बुद्धिः कर्मानुसारिणी ।
तथापि सुधियाचार्यः सुविचार्येव कुर्वते ॥१७॥

આચાર્ય ચાણક્ય વિચારના મહત્ત્વને સમર્થન આપીને કહે છે કે જો કે મનુષ્યને ફળ કર્મના અનુસાર મળે છે અને બુદ્ધિ પણ કર્મને આધીન છે. તેથી બુદ્ધિશાળી વ્યક્તિ વિચાર કરીને જ કામ કરે છે.

ગુરૂ મહિમા -

एकाक्षरं प्रदातारं यो गुरुं नाभिवन्दते ।
श्वानयोनि शतं भुक्त्वा चाण्डालेष्वभिजायते ॥१८॥

આચાર્ય ચાણક્ય અહીં નમકહરામ (ઉપકાર ન માનનાર) શિષ્યની ચર્ચા કરીને કહે છે કે જે એકાક્ષરનું જ્ઞાન આપનાર ગુરુની પૂજા નથી કરતો, તે સો વાર

આચાર્ય ચાણક્ય મહાપુરુષોના સ્વભાવની ચર્ચા કરીને કહે છે કે યુગનો અંત થાય ત્યારે ભલે સુમેરું પર્વત પોતાની જગ્યાથી હઠી જાય અને કલ્પનો અંત થાય ત્યારે ભલે સાતેય સાગર ચલિત થઈ જાય, સજ્જન (સારા મનુષ્ય) પોતાના માર્ગથી ક્યારેય ચલિત નથી થતાં.

ચૌદમો અધ્યાય

પૃથ્વી રત્ન -

पृथिव्यां त्रीणि रत्नानि अन्नमापः सुभाषितम् ।
मूढैः पाषाणखंडेषु रत्नसंज्ञा विधीयते ॥१॥

આચાર્ય ચાણક્ય પૃથ્વીના મુખ્ય ત્રણ રત્નોની ચર્ચા કરતાં કહે છે કે અનાજ, જળ તથા સુંદર શબ્દ, પૃથ્વીના આ ત્રણ રત્નો છે. મૂર્ખાઓએ પથ્થરના ટુકડાને રત્નનું નામ આપ્યું છે.

જેવું વાવશો તેવું મેળવશો -

आत्मापराधवृक्षस्य फलान्येतानि देहिनाम् ।
दारिद्रयरोग दुःखानि बन्धनव्यसनानि ॥२॥

શરીરનું મહત્વ -

पुनर्वित्तं पुनर्मित्रं पुनर्भार्या पुनर्मही ।
एतत्सर्वं पुनर्लभ्यं न शरीरं पुनः पुनः ॥३॥

આચાર્ય ચાણક્ય માનવ શરીરના મહત્વને સમર્થન આપીને કહે છે કે વ્યક્તિને જીવનમાં ધન, મિત્ર, પત્ની, પૃથ્વી આ બધુ ફરીથી મળી શકે છે પરંતુ એકવાર જીવન ગયા પછી શરીર ફરીથી નથી મળી શકતું.

એકતા -

बहूनां चैव सत्त्वानां रिपुञ्जयः ।
वर्षान्धाराधरो मेघस्तृणैरपि निवार्यते ॥४।

આચાર્ય ચાણક્ય અહીં એકતાની શક્તિને સમર્થન આપતાં કહે છે કે ઘણાં બધાં નાનાં પ્રાણી પણ એક સાથે મળીને શત્રુને જીતી લે છે. મૂશળાધાર વર્ષાને પણ તણખલાં મળીને રોકી દે છે.

થોડું પણ વધારે છે -

બતાવતાં કહે છે કે જળમાં તેલ, પાપીને કહેલી ગુપ્ત વાત, યોગ્ય વ્યક્તિને આપેલ, દાન તથા બુદ્ધિશાળીને આપેલું જ્ઞાન થોડું હોવા છતાં પણ પોતાની મેળે જ વિસ્તાર પ્રાપ્ત કરી લે છે.

વૈરાગ્ય મહિમા -

धर्माऽऽख्याने श्मशाने च रोगिणां या मतिर्भवेत् ।
सा सर्वदैव तिष्ठेच्चेत् को न मुच्येत बन्धनात् ॥६॥

આચાર્ય ચાણક્ય અહીં વૈરાગ્યના મહત્ત્વને સમર્થન આપીને કહે છે કે, ધાર્મિક કથાઓને સાંભળવાથી, મસાણમાં તથા રોગીઓને જોઈને વ્યક્તિની બુદ્ધિને જે વૈરાગ્ય જાગે છે, જો એવી જ વિરક્તિ સદાય જાગ્રત રહે, તો પછી કોણ આ બંધનથી મુક્ત ના થઈ શકે ?

કર્યા પછી શું વિચારવાનું -

उत्पन्नपश्चात्तापस्य बुद्धिर्भवति यादृशी ।
तादृशी यदि पूर्वा स्यात्कस्य स्यान्न महोदयः ॥७॥

આચાર્ય ચાણક્ય અહીં કર્મ પછી પ્રાયશ્ચિતની નિરર્થકતાની ચર્ચા કરતાં કહે છે કે ભૂલ થઈ ગયા પછી જે પસ્તાવો થાય છે, જો આવી બુદ્ધિ ભૂલ કરતાં પહેલા આવી જાય તો પછી કોણ પ્રગતિ ના કરી શકે અને કોણે પસ્તાવું પડે ?

અહંકાર -

दाने तपसि शौर्ये च विज्ञाने विनयेनये ।
विस्मयो न हि कर्तव्यो बहुरत्ना वसुन्धरा ॥८॥

આચાર્ય ચાણક્ય કહે છે કે મનુષ્ય માત્રમાં ક્યારેય પણ ઘમંડની ભાવના ના હોવી જોઈએ. બલ્કે મનુષ્યે દાન તપ, વીરતા, પંડિતતા, શીલવાન, અને નીતિનિપુણતાનો ક્યારેય ઘમંડ ના કરવો જોઈએ, કારણ કે આ ધરતી પર એક એકથી ચડિયાતા દાની, તપસ્વી, વીર અને પંડિત તથા નીતિનિપુણ વગેરે છે. કહેવાય પણ છે કે શેરના માથે સવા શેર બહુ મળી જાય છે. આથી કોઈ પણ કાર્યક્ષેત્રમાં પોતાને અતિ વિશિષ્ટ માનવું મૂર્ખતા છે. આ ઘમંડ જ મનુષ્ય માત્રના દુઃખનું કારણ બને છે અને તેને લઈ ડૂબે છે.

મનની દૂરી -

જે વ્યક્તિ હૃદયમાં રહે છે, તે દૂર હોવા છતાં પણ દૂર નથી જે હૃદયમાં નથી રહેતો તે નિકટ હોવા છતાં પણ દૂર છે.

મીઠી વાણી -

यस्माच्च प्रियमिच्छेत् तस्य ब्रूयात्सदा प्रियम् ।
व्याघ्रो मृगवधं गन्तुं गीतं गायति सुस्वरम् ॥१०॥

આચાર્ય ચાણક્ય અહીં વાણીની મીઠાશને સમર્થન આપતા કહે છે કે જેનાથી આપણું કોઈ ભલું થવાનું હોય તેની સામે હંમેશા મધુર બોલવું જોઈએ, શિકારી હરણને મારતી વખતે સુંદરમીઠા સ્વરમાં ગીત ગાય છે.

આના વધુ નજીક ના રહો -

अत्यासन्न विनाशाय दूरस्था न फलप्रदा ।
सेव्यता मध्यभागेन राजवह्निगुरुस्त्रियः ॥११॥

આચાર્ય ચાણક્ય અહીંયા કેટલાક ખાસ લોકોથી અંતર રાખવાની ચર્ચા કરતાં કહે છે કે રાજા, આગ, ગુરુ અને સ્ત્રી આમના અતિ નિકટ રહેવાથી વિનાશ થાય છે તથા દૂર રહેવાથી કોઈ ફળ નથી મળતા આથી મધ્યમ અંતર રાખીને તેમનું સેવન કરવું જોઈએ.

ઈશ્વર સર્વવ્યાપી છે -

अग्निर्देवो द्विजातीनां मनीषीणां ह्यति दैवतम् ।
प्रतिमा स्वल्पबुद्धीना सर्वत्र समदर्शिनः ॥१२॥

આચાર્ય ચાણક્ય કહે છે કે બ્રાહ્મણોનો દેવતા અગ્નિ છે. બુદ્ધિશાળી લોકો પોતાના હૃદયમાં જ ઈશ્વરને જુએ છે. અલ્પ બુદ્ધિવાળા પ્રતિમાને ઈશ્વર સમજે છે. સમદર્શી સર્વત્ર ઈશ્વરને જ જુએ છે.

ગુણહીનનું શું જીવન -

स जीवति गुणा यस्य यस्य धर्म स जीवति ।
गुण धर्म विहीनस्य जीवितं निष्प्रयोजनम् ॥१३॥

આચાર્ય ચાણક્ય કહે છે કે જેમાં ગુણ છે, એ જ મનુષ્ય જીવિત છે, જેમાં ધર્મ છે, તે જ જીવિત છે. ગુણ અને ધર્મ વગર મનુષ્યનું જીવન નકામું વ્યર્થ છે.

यदीच्छसि वशीकर्तु जगदेकेन कर्मणा ।
परापवादशास्त्रेभ्यों गां चरन्तीं निवारय ॥१४॥

આચાર્ય ચાણક્ય કહે છે કે જો એક જ કર્મ દ્વારા આખા જગતને વશમાં કરવા

આચાર્ય ચાણક્ય અહીં પંડિત વિશે બતાવતાં જણાવે છે કે જે પ્રસંગાનુસાર વાત કરવાનું, પ્રભાવ પડે તે રીતે પ્રેમ કરવાનું તથા પોતાની શક્તિ પ્રમાણે ક્રોધ કરવાનું જાણે છે, તેને પંડિત કે બુદ્ધિશાળી કહેવાય છે.

વસ્તુ એક વાતો અનેક -

एक एव पदार्थस्तु त्रिधा भवति वीक्षति ।
कुपणं कामिनी मांसं योगिभिः कामिभिः श्वभिः ॥१६॥

આચાર્ય ચાણક્ય પોતપોતાના દૃષ્ટિકોણની ચર્ચા કરતાં કહે છે કે એક જ વસ્તુ સ્ત્રીના શરીરને કામી લોકો કામિનીના રુપમાં, યોગી દુર્ગંધવાળા શરીરને શબના રૂપમાં તથા કૂતરા માંસના રૂપમાં જુએ છે.

ગોપનીય -

सुसिद्धमौषधं धर्मं गृहछिद्रं व मैथुनम् ।
कुभुक्तं कुश्रुतं चैव मतिमान्न प्रकाशयेत् ॥१७॥

આચાર્યે ચાણક્ય છુપાવવા યોગ્ય વાતો પર ભાર આપીને કહે છે કે બુદ્ધિશાળી વ્યક્તિ સિદ્ધ ઔષધિ, ધર્મ, પોતાના ઘરની કમીઓ, મૈથુન, ખાધેલા ખરાબ ભોજન તથા સાંભળેલી વાતોને ગુપ્ત રાખે છે.

વાણીથી ગુણ નજરે આવે છે -

तावन्मौनेन नीयन्ते कोकिलश्चैव वासराः ।
यावत्सर्वं जनानन्ददायिनी वाङ्न प्रवर्तते ॥१८॥

આચાર્ય ચાણક્ય કહે છે કે કોયલ ત્યાં સુધી મૌન રહીને દિવસો વિતાવે છે, જ્યાં સુધી તેની મધુર વાણી નથી ફૂટી પડતી. આ વાણી બધાને ગમે છે, આનંદ આપે છે.

આનો સંગ્રહ કરો -

धर्मं धनं च धान्यं गुरोर्वचनमौषधम् ।
संगृहीतं च कर्तव्यमन्यथा न तु जीवति च ॥१९॥

આચાર્ય ચાણક્ય કહે છે ક ધર્મ, ધન, અનાજ, ગુરુની શીખ તથા ઔષધિ, આમનો સંગ્રહ કરવો જોઈએ નહીંતર વ્યક્તિ જીવિત નથી રહી શકતો.

માનવ ધર્મ -

त्यज दुर्जनसंसर्गं भज साधुसमागमम् ।
कुरु पुण्यमहोरात्रं स्मर नित्यमनित्यतः ॥२०॥

પંદરમો અધ્યાય

દયાવાન બનો –

यस्य चित्तं द्रवीभूतं कृपया सर्वजन्तुषु ।
तस्य ज्ञानेन मोक्षेण किं जटा भस्मलेपनैः ॥१॥

આચાર્ય ચાણક્ય કહે છે કે જે મનુષ્યનું હૃદય બધાં જ પ્રાણીઓ માટે દયાથી દ્રવીભૂત થઈ જાય છે, તેને જ્ઞાન, મોક્ષ, જય, ભસ્મ લેપન વગેરેથી શી લેવાદેવા.

ગુરુ બ્રહ્મ છે –

एकमेवाक्षरं यस्तु गुरुः शिष्यं प्रवोधयेत् ।
पृथिव्यां नास्ति तद्द्रव्यं वद् दत्त्वा चाऽनृपी भवेत् ॥२॥

આચાર્ય ચાણક્ય અહીંયા ગુરુની મહિમાના મહત્ત્વને ટેકો આપીને કહે છે કે જે ગુરુ એક અક્ષરનું પણ જ્ઞાન કરાવે છે, તેના ઋણમાંથી મુક્ત થવા માટે તેમને આપવા યોગ્ય પૃથ્વી પર કોઈ પદાર્થ નથી. અર્થ એટલો જ કે ગુરુ શબ્દનો અર્થ છે – અજ્ઞાનને હઠાવીને જ્ઞાન પ્રકાશ કરનાર. આવો ગુરુ બ્રહ્મા, વિષ્ણુ અને સાક્ષાત્ પરબ્રહ્મ સમાન છે. એકાક્ષર ઓમને પરબ્રહ્મ માનવામાં આવે છે. જો એ જ એકાક્ષર ઓમકારનું જ્ઞાન જે ગુરુએ કરાવી દીધું તો તેનાથી વધુ બચ્યું જ શું ? વેદોમાં તો ત્યાં સુધી કહેવામાં આવ્યું છે કે એક શબ્દનો યોગ્ય પ્રયોગ અને જ્ઞાનથી સ્વર્ગલોક અને આ લોકમાં બધી ઇચ્છાઓની પૂર્તિ થઈ જાય છે.

દુષ્ટોનો ઉપચાર –

खलानां कण्टकानां च द्विविधैव प्रतिक्रिया ।
उपानामुखभंगो वा दूरतैव विसर्जनम् ॥३॥

આચાર્ય ચાણક્ય પાપીઓના ઉપાય વિશે ચર્ચા કરતાં કહે છે કે પાપીઓ તથા કાંટાના બે પ્રકારના ઉપાય છે. ચંપલબૂટથી કચડી નાખવા કે દૂરથી જ છોડી દેવા.

લક્ષ્મી ક્યાં નથી રોકાતી –

कुचैलिनं दन्तमलोपधारिणं बह्वाशिनं निष्ठुरभाषितं च ।
सूर्योदये चास्तमिते शयानं विमुञ्चतेश्रीर्यदि चक्राणिः ॥४॥

અહીં આચાર્ય ચાણક્ય લક્ષ્મીની ચંચળતાની પ્રકૃતિ વિશે બતાવે છે કે ગંદા વસ્ત્રો પહેરનાર, ગંદા દાંતો વાળા, વધુ પડતા ભોજનનું સેવન કરનાર, કઠોર શબ્દ બોલનાર, સૂર્યોદયથી સૂર્યાસ્ત થાય ત્યાં સુધી ઊંઘતા રહેનાર વ્યક્તિને લક્ષ્મી ત્યજી

★ જે વ્યક્તિ ગંદા કપડાં પહેરે છે.

★ જેના દાંત ગંદા રહે છે અને તેમાં મેલ ભરાયેલો રહે છે.

★ જે બહુ વધુ પડતા ભોજનનું સેવન કરે છે, અર્થાત્ દરિદ્ર વ્યક્તિ.

★ જે આખો દિવસ સૂર્ય નિકળે ત્યારથી તે અસ્ત થાય ત્યાં સુધી સૂતાં રહે છે.

ધન જ સાચો બંધુ -

त्यजन्ति मित्राणि धनैर्विहीनं, दाराश्च भृत्याश्च सुहृज्जनाश्च ।
तं चार्थवन्तं पुनराश्रयन्ते, ह्यर्थो हि लोके पुरुषस्य बन्धुः ॥५॥

આચાર્ય ચાણક્ય કહે છે કે સંસારનો એ નિયમ છે કે અહીં બધાં કામકાજ કે કારભાર અને વેપાર પૈસા એટલે કે ધનથી જ ચાલે છે.

अन्यायोपार्जितं वित्तं दशवर्षाणि तिष्ठति ।
प्राप्ते चैकादशे वर्षे समूलं तद् विनश्यति ॥६॥

આચાર્ય ચાણક્ય કહે છે કે લક્ષ્મી આમેય ચંચળ હોય છે. પરંતુ ચોરી, જુગાર, અન્યાય અને દગો આપીને કમાયેલું ધન પણ સ્થિર નથી રહેતું, તે બહુ જલદી નષ્ટ થઈ જાય છે. આના માટે આચાર્ય ચાણક્યે સીમા નક્કી કરી દીધી છે. તેઓ કહે છે અન્યાય દગો અથવા અપ્રમાણિકતાથી જોડેલું, કમાયેલું ધન વધુમાં વધુ દસ વર્ષ સુધી રહે છે. અગિયારમાં વર્ષે તે વધેલું ધન મૂળની સાથે નષ્ટ પામે છે. આથી વ્યક્તિએ ક્યારેય અન્યાય દ્વારા ધન કમાવવામાં પ્રવૃત્ત ન રહેવું જોઈએ.

સત્સંગતિ -

अयुक्तस्वामिनो युक्तं युक्तं नीचस्य दूषणम् ।
अमृतं राहवे मृत्युर्विषं शंकरभूषणम् ॥७॥

આચાર્ય ચાણક્ય કહે છે કે યોગ્ય સ્વામીની પાસે આવીને અયોગ્ય વસ્તુ પણ સુંદરતા વધારનારી બની જાય છે, પરંતુ અયોગ્યની પાસે જવાથી યોગ્ય કામની વસ્તુ પણ નુકસાનકારક સાબિત થાય છે. શંકરની પાસે આવવાથી વિષ પણ ગળાનું આભૂષણ બની ગયું. પરંતુ રાહુને અમૃત મળ્યું તો પણ મૃત્યુને ભેટવું પડ્યું.

આચરણ -

तद् भोजनं यद् द्विज भुक्तशेषं तत्सौहृदं यत्क्रियते परस्मिन् ।
सा प्राज्ञता य न करोति पापं दम्भं विना यः क्रियते स धर्मः ॥८॥

माणीर्लुण्ठति पादाग्रे कांचः शिरसि धार्यते ।
क्रय-विक्रयवेलायां कायः कांचो मणिर्णणिः ॥९॥

આચાર્ય ચાણક્ય કહે છે કે ભલે મણિ પગની પાસે આળોટે અને કાંચ માથા પર હોય, પરંતુ વેચતી ખરીદતી વખતે કંચ કાંચ જ હોય છે અને મણિ મણિ જ હોય છે. કહેવાનો અર્થ એ જ કે પરિસ્થિતિઓના ફેરમાં ક્યારેક યોગ્ય અને પંડિત વ્યક્તિને પણ સન્માન નથી મળતું. જ્યારે એક મૂર્ખ અને આળસુ વ્યક્તિ એક ઉચ્ચપદ પર પહોંચી જાય છે. પરંતુ જ્યારે ક્યારેક કોઈ યોગ્ય વ્યક્તિની જરુર પડે છે. ત્યારે જ યોગ્યતાની કીંમત જણાય છે.

તત્વ ગ્રહણ -

अनन्तशास्त्र बहुलाश्च विद्या अल्पं च कालो बहुघ्नता च ।
असारभूतं तदुपासनींय हंसो यथा क्षीरमिवाम्बुमध्यात् ॥१०॥

આચાર્ય ચાણક્ય કહે છે કે શાસ્ત્ર અનંત કે અપાર છે, વિદ્યાઓ અનેક છે, પરંતુ મનુષ્યનું જીવન બહુ નાનું છે, તેમાં પણ અનેક અડચણો છે. આથી જે રીતે હંસ દૂધ અને પાણીના મિશ્રણમાંથી દૂધને પી લે છે અને પાણીને છોડી દે છે, એ જ પ્રકારે કામની વાતો ગ્રહણ કરો તથા નકામી વાતો છોડી દો.

ચંડાળ કર્મ -

दूरादागतं पथिश्रान्तं वृथा च गृहमागतम् ।
अनर्चयित्वा यो भुंक्ते स वै चाण्डाल उच्यते ॥११॥

આચાર્ય ચાણક્ય ચંડાળની ચર્ચા કરતાં કહે છે કે જે દૂરથી થાકીને ઘરમાં આવેલા વ્યક્તિને કે ઉદ્દેશ્ય વગર પણ આવી ગયેલા વ્યક્તિને યોગ્ય સન્માન આપ્યા વગર, પોતે ભોજન કરી લે છે, તે વ્યક્તિને ચંડાળ કહે છે.

મૂર્ખ કોણ -

पठन्ति चतुरो वेदान् धर्मशास्त्राण्यनेकशः ।
आत्मानं नैव जानन्ति दर्वी पाकर सं यथा ॥१२॥

આચાર્ય ચાણક્ય કહે છે કે મૂર્ખ વ્યક્તિ ચારેય વેદો તથા અનેક ધર્મશાસ્ત્રોને વાંચે છે. તો પણ જે રીતે ભોજનના રસને કડછી નથી જાણતી એ જ રીતે મૂર્ખ લોકો પોતાના આત્માને નથી ઓળખતા.

બ્રાહ્મણને માન આપો -

धन्या द्विजमयीं नौका विपरीता भवार्णवे ।
तरन्त्यधोगता सर्वे उपस्थिता पतन्त्येव हि ॥१३॥

પરાધિનતામાં સુખ ક્યાં -

अयममृतनिधानं नायको औषधीनां
अमृतमयशरीरः कान्तियुक्तोऽपि चन्द्रः ।
भवति विगतरश्मिर्मण्डले प्राप्य भानोः
परसदननिविष्टः को न लघुत्वं याति ॥१४॥

આચાર્ય ચાણક્ય કહે છે કે આ અમૃતનો ખજાનો ઔષધિઓનો પતિ, અમૃતથી બનેલા શરીરવાળો ચંદ્ર સુંદર પ્રકાશવાળો હોવા છતાં પણ સૂર્યમંડળમાં આવવાથી પ્રકાશહીન થઈ જાય છે. બીજાના ઘરમાં આવવાથી કોણ એવું છે જે નાનું નથી બની જતું ?

હેતુ એ છે કે ચંદ્રનું શરીર અમૃતથી બનેલું છે, તે અમૃતનો ખજાનો છે અને તેને ઔષધિઓનો સ્વામી માનવામાં આવે છે. તેની સુંદરતા અનોખી છે. આટલું બધું હોવા છતાં પણ સૂર્યના ઉગવાથી તે ફીકો પડી જાય છે. તેનું અમૃત પણ તેની રક્ષા નથી કરી શકતું. દિવસ સૂર્યનું ઘર છે. બીજાના ઘરમાં જવાથી કોઈને સન્માન નથી મળતું. પારકા ઘરમાં બધા નાના બની જાય છે. પારકા ઘરમાં રહેવું દુઃખ જ આપે છે.

अलिरयं नलिनिदलमध्यमः कमलिनीमकरन्दमदालसः ।
विधिवशात्प्रदेशमुपागतः कुरजपुष्परसं बहु मन्यते ॥१५॥

આચાર્ય ચાણક્ય કહે છે કે આ ભમરો કમળદળના વચમાં રહેતો હતો અને કમળદળના રસને પીને આળસુ રહેતો હતો. કોઈ કારણથી પરદેશ આવવું પડયું અને હવે એ કૌરયા ફૂલના રસને જ ઘણું બધું સમજે છે.

બ્રાહ્મણ અને લક્ષ્મી -

पीतः क्रुद्धेन तातश्चरणतलहतो वल्लभोऽयेन रोषा
अबाल्याद्विप्रवर्यैः स्ववदनविवरे धार्यते वैरिणी मे ।
गेहं मे छेदयन्ति प्रतिदिवसममाकान्त पूजानिमित्तात्
तस्मात् खिन्ना सदाऽहं द्विज कुलनिलयं नाथ युक्तं त्यजामि ॥१६॥

આચાર્ય ચાણક્ય બ્રાહ્મણ તથા લક્ષ્મીના વેરની ચર્ચા કરીને કહે છે કે જેણે ક્રોધિત થઈને મારા પિતા સાગરને પી લીધો, જેણે ગુસ્સામાં મારા પતિને લાત મારી, જે નાનપણથી જ પોતાના મુખમાં મારી વેરીણી સરસ્વતીને ધારણ કરે છે અને જે શિવની પૂજા માટે દરરોજ મારા ઘર કમળને તોડ છે આ બ્રાહ્મણોએ જ મારો સર્વનાશ કર્યો છે, આથી હું આમના ઘરને ત્યજીને રહીશ.

આચાર્ય ચાણક્ય પ્રેમબંધનની ચર્ચા કરતાં કહે છે કે બંધન તો અનેક છે, પરંતુ પ્રેમની દોરનું બંધન અલગ જ છે. લાકડીમાં કાણું કરવામાં પણ નિપુણ ભમરો કમળના ખજાનામાં નિષ્ક્રિય બની જાય છે.

દૃઢતા -

छिन्नोऽपि चन्दनतरुर्न जहाति गन्धं
वृद्धोऽपि वारणपतिर्न जहात लीलानम् ।
यन्त्रार्पितो मधुरतां न जहार्ति चेक्षु
क्षणोऽपि न त्यजति शीलगुणाङ्कुलीनः ॥१८॥

આચાર્ય ચાણક્ય કહે છે કે કપાઈ ગયા પછી પણ ચંદનનું વૃક્ષ સુગંધ નથી છોડતું. વૃદ્ધ થઈ ગયા પછી પણ હાથી પોતાની લીલાઓનો ત્યાગ નથી કરતો. ઘાણીમાં કચડાવા છતાં પણ શેરડી મીઠાશને છોડી નથી દેતી. એ જ રીતે ગરીબ થઈ ગયા પછી પણ કુળવાન પોતાના ચારિત્ર્યશીલ ગુણોનો ત્યાગ નથી કરતો.

પુણ્યથી કીર્તિ -

उर्ध्वा कोऽपि महीधरो लघुतरो दोर्म्यां धृतौ लीलया
तेन त्वं दिवि भूतले च सततं गोवर्धनो गीयसे ।
त्वां त्रैलोक्यधरं वहायि कुचयोरग्रेण नो गण्यते ।
किं वा केशव भाषणेन बहुना पुण्यं यशसा लभ्यते ॥१९॥

આચાર્ય ચાણક્ય જશની પ્રાપ્તિ પણ પુણ્યથી થવાની વાત કરતાં કહે છે કે એક નાનકડાં પર્વતને પોતાના હાથ વડે ઉપાડી લીધો. ફક્ત આટલાથી જ તમને સ્વર્ગ તથા પૃથ્વી પર ગોવર્ધન કહેવામાં આવે છે. તમે ત્રણે લોકને ધારણ કરનારા છો. અને હું તમને મારા સ્તનોના આગળના ભાગમાં ધારણ કરું છું, પરંતુ તે તો કોઈ ગણતરીમાં જ નથી. વધુ કહેવાથી શું લાભ ! તો શું હે કૃષ્ણ ! કીર્તિ પણ પુણ્યથી જ મળે છે ?

સોળમો અધ્યાય

સંતાન -

न ध्यातं पदमीश्वरस्य विधिवत्संसारविच्छित्तये
स्वर्गद्वारकपाटपाटनपटुः धर्मोऽपि नोपार्जितः ।
नारीपीनपयोधरयुगलं स्वप्नेऽपि नार्लिगितं
मातुः केवलमेव यौवनच्छेदकुठारो वयम् ॥१॥

અમે જન્મ લઈને માના યૌવનને નષ્ટ કરવા માટે કુહાડીનું જ કામ કર્યું.

સ્ત્રી ચરિત્ર -

जल्पन्ति सार्धमन्येन पश्यन्त्यन्यं सविभ्रमाः ।
हृदये चिन्तयन्त्यन्यं न स्त्रीणामेकतो रतिः ॥२॥

આચાર્ય ચાણક્ય અહીંયા સ્ત્રીઓની પ્રવૃત્તિની ચર્ચા કરતાં કહે છે કે સ્ત્રીઓ વાત એક જોડે કરતી હોય છે, કટાક્ષથી બીજાને જ જોતી હોય છે અને મનથી કોઈ ત્રીજાને જ પ્રેમ કરતી હોય છે. તેનો પ્રેમ કોઈ એકને માટે નથી હોતો.

यो मोहयन्मन्यते मूढो रत्तेयं मयि कामिनी ।
स तस्य वशगो भूत्वा नृत्येत क्रीडा शकुन्तव् ॥३॥

આચાર્ય ચાણક્ય અહીં સ્ત્રીના રૂપ ચારિત્ર્યના જાદૂમાં મૂર્ખ વ્યક્તિની આસક્તિ પર ટિપ્પણી કરતાં કહે છે કે જે મૂર્ખ પુરુષ મોહમાં વશ થઈને એ સમજે છે કે આ કામિની મારા પર આસક્ત થઈ ગઈ છે, તે તેના જ વશમાં થઈને રમકડાંની ચકલીની જેમ નાચવા લાગે છે.

कोऽर्थान्प्राप्य न गर्वितो विषयिणः कस्यापदोऽस्तंगताः ।
स्त्रीभिः कस्य न खण्डितं भुवि मनः को नाम राज्ञप्रियः ॥
कः कालस्य न गोचरत्वमगमत् कोऽर्थो गतो गौरवम् ।
को वा दुर्जनदुर्गुणेषु पतितः क्षेमेण यातः पथिः ॥४॥

આચાર્ય ચાણક્ય અહીં ખરાબ સોબત કે ધન, સ્ત્રી અથવા રાજાના સંપર્કથી ન બચી શકવાની સ્થિતિને સ્પષ્ટ કરતાં કહે છે કે કોણ એવો વ્યક્તિ છે, જેને ધન મળવાથી ખુશી કે ગર્વ ન થયો હોય ? કયા વિષયી વ્યક્તિના દુઃખ સમાપ્ત થયા ? સ્ત્રીઓએ કોના મનનો ભંગ નથી કર્યો ? કયો વ્યક્તિ રાજાને પ્રિય બની શક્યો ? કાળની દૃષ્ટિ કોના પર નથી પડી ? કયા ભિખારીને સન્માન મળ્યું ? કોણ એવો વ્યક્તિ છે જે પાપીઓની અધમતામાં ફસાયા પછી સકુશળ પાછો આવી શક્યો હોય ?

વિનાશકાળે વિપરીત બુદ્ધિ -

न निर्मिता केन न दृष्टपूर्वा न श्रूयते हेममयी कुरंगी ।
तथाऽपि तृष्णा रघुनन्दनस्य विनाशकाले विपरीतबुद्धि ॥५॥

આચાર્ય ચાણક્ય અહીંયા વિનાશ આવે ત્યારે બુદ્ધિ સાથ છોડી દે છે કહેવતને સ્પષ્ટ કરતાં કહે છે કે સોનાની હરણી ન તો કોઈએ બનાવી, ન કોઈએ તેને જોઈ અને ન એ સાંભળવા મળે છે કે હરણી સોનાની પણ હોય છે. તો પણ

प्रसादशिखरस्थोऽपि किं काको गरुडायते ॥६॥

આચાર્ય ચાણક્ય ગુણોની મહત્તા બતાવતા કહે છે કે ગુણોથી જ મનુષ્ય મોટો બને છે. ના કે કોઈ ઊંચા પદ પર બેસવા માત્રથી. રાજમહેલના ટોચ પર બેસી જવા છતાં પણ કાગડો ગરૂડ નથી બની જતો.

गुणाः सर्वत्र पूज्यन्ते न महत्योऽपि सम्पदः ।
पूर्णेन्दु किं तथा वन्द्यो निष्कलंको यथा कुशः ॥७॥

આચાર્ય ચાણક્ય ગુણો પ્રત્યે પૂજાની દૃષ્ટિથી કહે છે કે ગુણો જ સર્વત્ર પૂજવામાં આવે છે, ધન અતિશય હોવા છતાં પણ બધી જગ્યાએ પૂજવામાં નથી આવતું, શું પૂર્ણ ચંદ્રની સંસારમાં એ જ પૂજા થાય છે, જેવી ક્ષીણ ચંદ્રની થાય છે.

परमोक्तगुणो यस्तु निर्गुणोऽपि गुणी भवेत् ।
इन्द्रोऽपि लघुतां याति स्वयं प्रख्यापितैर्गुणैः ॥८॥

પોતાની પ્રશંસા જાતે જ કરવાની પ્રવૃત્તિ પર ટિપ્પણી કરતાં આચાર્ય કહે છે કે બીજી વ્યક્તિ જો ગુણહીન વ્યક્તિની પ્રશંસા કરે તો તે મોટો થઈ જાય છે અર્થ એ જ કે તેમાં તેની મહાનતા છે. પોતાની પ્રશંસા જાતે જ કરવાથી ઈન્દ્ર પણ નાનો બની જાય છે.

विवेकिमनुप्राप्तो गुणो याति मनोज्ञताम् ।
सुतरां रत्नमाभाति चामीकरनियोजितम् ॥९॥

આચાર્ય ચાણક્ય ગુણ અને સ્થાનના સંદર્ભમાં ચર્ચા કરતાં કહે છે કે ગુણ પણ યોગ્ય વિવેકશીલ વ્યક્તિની પાસે જઈને જ સુંદર લાગે છે, કારણ કે સોનામાં જડાયા પછી જ રત્ન પણ સુંદર લાગે છે.

गुणं सर्वत्र तुल्योऽपि सीदत्येको निराश्रयः ।
अनर्घ्यमपि माणिक्य हे माश्रयमपेक्षते ॥१०॥

આચાર્ય ચાણક્ય કહે છે કે ગુણી વ્યક્તિને પણ યોગ્ય આશ્રય ન મળે તો દુઃખી થઈ જાય છે, કારણ કે નિર્દોષ મણિને પણ આશ્રયની જરુર હોય છે.

અનુચિત ધન -

अतिक्लेशेन ये चार्थाः धर्मस्यातिक्रमेण तु ।
शत्रूणां प्रणिपातेन ते ह्यर्थाः न भवन्तु मे ॥११॥

આચાર્ય ચાણક્ય અહીં અયોગ્ય ધનનો તિરસ્કાર કરતાં કહે છે કે બીજાને દુઃખી કરીને, અધર્મથી કે શત્રુઓની શરણથી મળેલું ધન મને પ્રાપ્ત ન થાય.

किं तया क्रियते लक्ष्म्या या वधूरिव केवला ।

પણ શા કામની ?

धनेषु जीवितव्येषु स्त्रीषु चाहारकर्मषु ।
अतृप्ता प्राणिनः सर्वे याता यास्यन्ति यान्ति च ॥१३॥

આચાર્ય ચાણક્ય કહે છે બધા પ્રાણી ધન, જીવન, સ્ત્રી, તથા ભોજનથી સદાય અસંતુષ્ટ રહીને સંસારમાંથી ચાલ્યા ગયા, જઈ રહ્યાં છે અને ચાલ્યા જશે. અર્થ એ જ છે કે ધન, જીવન, સ્ત્રી તથા ભોજનની ઈચ્છા ક્યારેય પૂર્ણ નથી થતી. આની ઈચ્છા હંમેશા કાયમ રહે છે. આ જ ઈચ્છા લઈને દુનિયાના લોકો મરતા આવ્યા છે, મરી રહ્યાં છે તથા આવનારા સમયમાં પણ આમ જ થતું રહેશે.

સાર્થક દાન -

क्षीयन्ते सर्वकानानि यज्ञहोमबलि क्रियाः ।
न क्षीयते पात्रदानं भयं सर्वदेहिनाम् ॥१४॥

આચાર્ય ચાણક્ય કહે છે કે બધા યજ્ઞ, દાન, બલિ વગેરે નાશ પામે છે, પરંતુ પાત્રને આપેલું દાન તથા અભયદાનનું ફળ નાશ નથી પામતું.

માંગવુ સૌથી ખરાબ છે -

तृणं लघु तृणात्तूलं तूलादपि च याचकः ।
वायुना किं न जीतोऽसौ मामयं याचयिष्यति ॥१५॥

આચાર્ય ચાણક્ય માંગવાની પ્રવૃત્તિને મરવા સમાન ગણાવતા કહે છે કે તણખલું હલકું હોય છે, તણખલાંથી હલકું રૂ હોય છે અને માગનાર રૂથી પણ હલકો હોય છે, તો આને વાયુ ઉડાડીને કેમ નથી લઈ જતી ? એ માટે કે વાયુ વિચારે છે કે ક્યાંક આ મારી પાસે પણ કંઈ માંગી ન બેસે.

મીઠા બોલ -

प्रियवाक्यप्रदानेन सर्वे तुष्यन्ति मानवाः ।
तस्मात् तदेव वक्तव्यें वचने का दरिद्रता ॥१६॥

આચાર્ય ચાણક્ય કહે છે કે પ્રિય મીઠી કે મધુર વાણી બોલવાથી બધા મનુષ્ય સંતુષ્ટ થઈ જાય છે. આથી મધુર જ બોલવું જોઈએ. વચનોનો ગરીબ કોઈ નથી હોતો.

संसार कटु वृक्षस्य द्वे फले ह्यमृतोपमे ।
सुभाषितं च सुस्वादुः संगति सज्जने जने ॥१७॥

આચાર્ય ચાણક્ય કહે છે કે આ સંસારરૂપી વૃક્ષના અમૃત સમાન બે ફળ છે. સુંદર બોલવું તથા સારા માણસોની સોબત કરવી.

जन्मजन्मनि चाभ्यस्तं दानमध्ययनं तपः ।

વિદ્યા અને ધન સમયના -

पुस्तकेषु च या विद्या परहस्तेषु च यद्धनम् ।
उत्पन्नेषु च कार्येषु न सा विद्या न तद्धनम् ॥१९॥

આચાર્ય ચાણક્ય સમય પર કામ ન આવનારા વિશે બતાવતાં કહે છે કે જે વિદ્યા પુસ્તકમાં જ છે, અને જે ધન બીજાના હાથમાં જતું રહ્યું છે, આ બંને વસ્તુઓ સમય પર કામ નથી આવતી.

સત્તરમો અધ્યાય

જ્ઞાન ગુરૂકૃપાનું -

पुस्तकं प्रत्याधीतं नाधीतं गुरुसन्निधौ ।
सभामध्ये न शोभन्ते जारगर्भा इव स्त्रियः ॥१॥

આચાર્ય ચાણક્ય વિદ્યા અભ્યાસ માટે ગુરુના મહત્ત્વને ટેકો આપતાં કહે છે કે જે વ્યક્તિ ફક્ત પુસ્તકો વાંચીને વિદ્યા પ્રાપ્ત કરે છે, કોઈ ગુરુ પાસેથી નહીં, એ વ્યક્તિનું કોઈ સભામાં અનૈતિક સંબંધથી ગર્ભધારણ કરેલી સ્ત્રીના સમાન કોઈ માન-સન્માન નથી થતું.

ખંધા સાથે ખંધતા -

कृते प्रतिकृतिं कुर्यात् हिंसेन प्रतिहिंसनम् ।
तत्र दोषो न पतति दुष्टे दौष्ट्यं सभाचरेत ॥२॥

આચાર્ય ચાણક્ય જેવા સાથે તેવાના વ્યવહારનો પક્ષ લેતાં કહે છે કે ઉપકારી સાથે ઉપકાર, હિસંક સાથે પ્રતિહિંસા કરવી જોઈએ તથા પાપી સાથે અધમતાનો જ વ્યવહાર કરવો જોઈએ. એમાં કોઈ દોષ નથી.

તપનો મહિમા -

यद् दूरं यद् दुराराध्यं यच्च दूरे व्यवस्थितम् ।
तत्सर्वं तपसा साध्यं तपो हि दुरतिक्रमम् ॥३॥

આચાર્ય ચાણક્ય તપની ચર્ચા કરતાં કહે છે કે જે વસ્તુ દૂર છે, દૂર સ્થિત છે, તે બધી તપથી સાધ્ય છે. તપ સૌથી પ્રબળ વસ્તુ છે.

सद्विद्या यदि किं धनैरपयशो यद्यस्ति किं मृत्युना ॥४॥

આચાર્ય ચાણક્ય અહીંયા વ્યક્તિની સંયુક્તાની ચર્ચા કરતાં કહે છે કે લોભીને બીજાના અવગુણોથી શી લેવા દેવા ? ચાડિખોરને પાપથી શી લેવા દેવા ? સાચા વ્યક્તિને તપસ્યાથી શી લેવા દેવા ? મન શુદ્ધ છે, તો તીર્થોનું શું કામ ? પ્રસિદ્ધિ મળે ત્યારે સાજશૃંગારથી શું લાભ ? સદ્વિદ્યા હોય તો ધનથી શું લેવા દેવા? બદનામી થાય ત્યારે મૃત્યુથી શું ?

વિડંબના -

पिता रत्नाकरो यस्य लक्ष्मीर्यस्य सहोदरी ।
शंखो भिक्षाटनं कुर्यान्न दत्तमुपतिष्ठति ॥५॥

આચાર્ય ચાણક્ય કહે છે કે જેનો પિતા રત્નોનો ખાણ સાગર છે, અને સગી બહેન લક્ષ્મી છે, આવો શંખ ભિક્ષા માગે છે. આનાથી મોટી વિડંબણા કઈ હોઈ શકે છે ?

લાચારી -

अशवतस्तुभवेत्साधुर्ब्रह्मचारी च निर्धनः ।
व्याधिष्ठो देवभक्तश्च वृद्धा नारी पतिव्रता ॥६॥

આચાર્ય ચાણક્ય મજબૂરીની પરિસ્થિતિમાં વ્યક્તિના પક્ષને રાખીને કહે છે કે શક્તિહીન વ્યક્તિ સાધુ બની જાય છે, ગરીબ બ્રહ્મચારી બની જાય છે, રોગી ભક્ત કહેવડાવવા લાગે છે, અને વૃદ્ધ સ્ત્રી પતિવ્રતા બની જાય છે.

માંથી વધીને કોણ -

नान्नोदकसमं दानं न तिथिर्द्वादशी समा ।
न गायत्र्याः परो मन्त्रो न मातुर्दैवतं परम् ॥७॥

આચાર્ય ચાણક્ય માતાના સ્થાનને સર્વોપરિ માનતાં કહે છે કે અન્ન અને જળના દાન સમાન કોઈ દાન નથી. બારસ સમાન કોઈ તીથિ નથી. ગાયત્રીથી શ્રેષ્ઠ કોઈ મંત્ર નથી. માતાથી સર્વોપરિ કોઈ દેવતા નથી. હેતુ એ છે કે અન્ન અને જળનું દાન સૌથી ઉત્તમ દાન છે. બારસ સૌથી પવિત્ર તીથિ છે. ગાયત્રી સૌથી મોટો મંત્ર છે. માતા સૌથી મોટી દેવતા છે.

દુષ્ટતા -

तक्षकस्य विषं दन्ते मक्षिकाया मुखे विषम् ।
वृश्चिकस्य विषं पुच्छे सर्वांगे दुर्जने विषम् ॥८॥

આચાર્ય ચાણક્ય અધમતાને સૌથી મોટી દુર્બળતા બતાવતાં કહે છે કે સાપના

કુપત્ની -

पत्युराज्ञां विना नारी उपोष्य व्रतचारिणी ।
आयुष्य हरते भर्तुः सा नारी नरकं व्रजेत् ॥९॥

આચાર્ય અહીંયા કુપત્નીની ચર્ચા કરતાં કહે છે કે પોતાના પતિની આજ્ઞા વગર ઉપવાસ રાખીને વ્રત કરનારી પત્ની પતિના આયુષ્યને હરી લે છે. આવી સ્ત્રી અંતે નરકમાં જાય છે.

પતિ પરમેશ્વર -

न दानैः शुद्धयते नारी नोपवासशतैरपि ।
न तीर्थसेवया तद्वद् भतुः पदोदकैर्यथा ॥१०॥

આચાર્ય ચાણક્ય કહે છે કે સ્ત્રી ન દાવાથી ન સેંકડો વ્રતોથી અને ન તીર્થોની યાત્રા કરવાથી એ રીતે પવિત્ર થાય છે જે રીતે પોતાના પતિના ચરણને ધોઈને પ્રાપ્ત જળના સેવનથી શુદ્ધ થાય છે. હેતુ એ છે કે પત્ની માટે પતિ જ સર્વસ્વ છે, આથી તેમની આજ્ઞાઓનું પૂર્ણ રીતે પાલન કરવું જોઈએ તેમની ઈચ્છાથી વિરુદ્ધ કોઈ પણ પ્રકારનો ઉપવાસ વ્રત તપ અને યજ્ઞ ન કરવો જોઈએ.

સુંદરતા -

दानेन पाणिर्न तु कंकणेन स्नानेन शुद्धिर्न तु चन्दनेन ।
मानेन तृप्तिर्न तु भोजनेन ज्ञानेन मुक्तिर्न तु मंडनेन ॥११॥

આચાર્ય ચાણક્ય કહે છે કે જે ઘરમાં શુભ લક્ષણોવાળી સ્ત્રી હોય, ધન સંપત્તિ હોય, વિનમ્ર ગુણવાન પુત્ર હોય અને પુત્રનો પણ પુત્ર હોય, તો સ્વર્ગલોકનું સુખ આવા ઘરથી શ્રેષ્ઠ નથી હોતું.

શોભા -

नापितस्य गृहे क्षौरं पाषाणे गन्धलेपनम् ।
आत्मरूपं जले पश्यन् शक्रस्यापि श्रियं हरेत् ॥१२॥

આચાર્ય ચાણક્ય કહે છે કે ભોજન, ઊંઘ, ભય તથા મૈથુન કરવું આ બધી વાતો મનુષ્ય તથા પશુઓમાં સમાન રૂપે જોવા મળે છે, પરંતુ જ્ઞાન મનુષ્યમાં જ જોવા મળે છે. આથી જ્ઞાન વિનાના મનુષ્યને પશુઓના સમાન સમજવા જોઈએ.

ખોયું- મેળવ્યું

सद्यः प्रज्ञाहरा तुण्डी सद्यः प्रज्ञाकारी वचा ।

થયું, હાથીના જ બમણા ભાગની શોભા ઘટી ગઈ. ભમરા તો ફરથી કમળના વનમાં જતાં રહે છે.

સુગૃહિણીની મહિમા

यदि रामा यदि च रमा यद तनयो विनयगुणोपेतः ।
तनयो तनयोत्पत्तिः सुखरनगरे किमाधिक्यम् ॥१४॥

ગુણહીન પશુ -

आहारनिद्रा भय मैथुरानि समानि चैतानि नृणां पशूनाम् ।
ज्ञाने नराणामधिको विशेषो ज्ञानेन हीना पशुभिः समानाः ॥१५॥

दानार्थिनो मधुकरा यदि कर्णतालै
दूरीकृता करिवरेण मदान्धबुद्धया ।
तस्यैव गंडयुगमंडनहानिरेव
भृंगाः पुनर्विकचपद्मवने वसन्ति ॥१६॥

કોણ-કોણ બીજાના દુઃખને નથી જાણતું -

राजा वेश्या यमश्चाग्निः चौराः बालक याचकाः ।
परदुःखं न जानन्ति अष्टमो ग्रामकण्टकाः ॥१७॥

આચાર્ય ચાણક્ય કહે છે કે રાજા, વેશ્યા, યજમાન, અગ્નિ, ચોર, બાળક, ભિક્ષુક અને ગ્રામકંટક આ આઠ લોકો વ્યક્તિના દુઃખને સમજતા નથી. હેતુ એ છે કે રાજા, વેશ્યા યમરાજ, આગ, ચોર, બાળક, ભિખારી તથા લોકોને પરસ્પર લડાવીને તમાશો જોનાર વ્યક્તિ, આ આઠ બીજાના દુઃખને સમજી શકતા નથી. પહેલી વાત રાજા દુઃખ શું છે એ જ નથી જાણતો હોતો. કારણ કે જા કૈ પૈર

વેશ્યાને ભલા બીજાના દુઃખ-દર્દથી શો મતલબ, તેની તરફથી કોઈ મરે કે જીવે, કોઈનું ઘર બળે કે બરબાદ થઈ જાય. તેને તો પૈસા જોઈએ યમરાજ પણ બીજાના દુઃખને નથી જોતો કોઈનો પરિવાર રુએ કે રોકકળ કરે. તેણે તો પોતાનું કામ કરવાનું જ હોય છે. ચોરનો તો વ્યવસાય જ ચોરી કરવી છે. ચોર કોઈ મહાપુરુષ તો હોતો નથી, કે જે બીજાની પીડાને સમજે. નાનું બાળક ભલા પોતાના માતા-પિતા કે કોઈની પણ પરેશાની કે દુઃખને કઈ રીતે સમજ શકે. તેનું તો કામ જ જીદ કરવી તે છે, અથવા તોફાન મસ્તી કરવાનું છે. ભિખારી પણ બધાની સામે હાથ ફેલાવી દે છે. તેને શી ખબર કે સામેવાળા પાસે કંઈ છે કે નહીં અને અમુક લોકોને બીજાઓને પરસ્પર લડાવવામાં જ આનંદ મળે છે. આવા લોકોનો તો આત્મા કે માનવતા જ મરી પરવારે છે. બીજાને દુઃખ આપીને જ તેમને ખુશી મળે છે.

અધ: પશ્યસિ કિં બાલે પતિતં તવ કિં ભુવિ ।
રે રે મૂર્ખ ન જાનાસિ ગતં તારુણ્યમૌક્તિકમ્ ॥૧૮॥

આચાર્ય ચાણક્ય કહે છે કે હે યૌવના નીચે ભૂમિમાં શું જોઈ રહી છે ? મૂર્ખ ! શું નથી જાણતો કે મારા યૌવનનું મોતી ખોવાઈ ગયું છે. હેતુ એ છે કે કોઈ યુવતીએ કોઈ પુરુષને જોઈને લાજથી માથું ઝુકાવી લીધું, પરંતુ તે મૂર્ખ બોલ્યો, તું નીચે જમીનમાં શું જોઈ રહી છે, શું તારું કંઈ ખોવાઈ ગયું છે ? ત્યારે એ યુવતી બોલી, મૂર્ખ અહીંયા જ મારી યુવાનીનું મોતી પડી ગયું છે. શું તમે નથી જાણતા ?

ગુણ મોટો, દોષ નાનો -

વ્યાલાશ્રયાપિ વિફલાપિ સકણ્ટકાપિ
વક્રાપિ પંકસહિતાપિ દુરાસદાપિ ।
ગન્ધેન બન્ધુરસિ કેતકિ સર્વજન્તો-
રેકો ગુણ: ખલુ નિહન્તિ સમસ્તદોષાન્ ॥૧૯॥

આચાર્ય ચાણક્ય કહે છે કે હે કેવડા ! ભલે તું સાપોનું ઘર છે, ફળહીન છે, કાંટાળી છે, વાંકી છે, કીચડમાં ઉગેલી અને મુશ્કેલીથી તારી પાસે પહોંચી શકાય છે, તો પણ સુગંધના કારણે તું બધાની પ્રિય છે. નિશ્ચિત છે કે એક જ ગુણ બધા દોષોને નષ્ટ કરી દે છે. સાચું જ કહ્યું છે કે એક જ ગુણ બધી

આચાર્ય ચાણક્ય કહે છે કે યુવાની, ધનસંપત્તિની અધિકતા, હક્ક અને વિવેકહીનતા આ ચારેયમાંથી દરેક વાત એકલી જ મનુષ્યને નષ્ટ કરવા માટે પૂરતી છે. જો આ ચારેય એકઠી હોય અર્થાત્ મનુષ્ય યુવાન પણ હોય, તેની પૈસા પણ હોય, અને તે તેની ઈચ્છા મુજબ કામ કરવાવાળો પણ હોય અર્થાત્ કામમાં તેને રોકટોક કરનાર પણ કોઈ ન હોય અને પછી ખરાબ નસીબે તેનામાં વિચારબુદ્ધિ પણ ન હોય તો મનુષ્યના વિનાશ થવામાં એક ક્ષણ પણ નથી લાગતી.

परोपकरणं येषां जागर्ति हृदये सताम् ।
नश्यन्ति विपदस्तेषां सम्पदः स्यु पदे-पदे ।२१।।

આચાર્ય ચાણક્ય કહે છે કે જેમના હૃદયમાં પરોપકારની ભાવના હોય છે, તેમની આપત્તિઓ નષ્ટ થઈ જાય છે. તથા ડગલે પગલે સંપત્તિ પ્રાપ્ત થાય છે.

सूत्र

१. **सुखस्य मूलं धर्मः ।**
ધર્મ જ સુખ આપનાર છે.

२. **धर्मस्य मूलमर्थः ।**
ધનથી જ ધર્મ સંભવ છે.

३. **अर्थस्य मूलं राज्यम् ।**
રાજ્યનો વૈભવ ધનથી સંભવ છે.

४. **राज्यमूलमिन्द्रियजमः ।**
રાજ્યની પ્રગતિ ઈન્દ્રિયો પર વિજય મેળવવાથી છે.

५. **इंद्रियजयस्य मूलं विनयः ।**
ઈન્દ્રિયો પર વિજય ત્યારે જ સંભવ છે જ્યારે વિનયરૂપી સંપત્તિ હોય.

६. **विनयस्य मूलं वृद्धोपसेवा ।**
વૃદ્ધોની સેવાથી જ વિનય ભાવ જાગ્રત થાય છે.

७. **वृद्धसेवया विज्ञानत् ।**
વૃદ્ધ-સેવાથી સત્ય જ્ઞાન પ્રાપ્ત થાય છે.

८. **विज्ञानेनात्मानं सम्पादयेत् ।**

१०. **जितात्मा सर्वार्थे संयुज्येत ।**
ઈન્દ્રિયોને વશમાં રાખનાર મનુષ્ય બધી જ સંપત્તિઓને પ્રાપ્ત કરે છે.

११. **अर्थसम्पत् प्रकृतिसम्पं करोति ।**
રાજાના ધનવાન થવાથી પ્રજા પણ ધનવાન બને છે.

१२. **प्रकृतिसम्पदा ्यनायकमपि राज्यं नीयते ।**
પ્રજાના ધનવાન (સંપન્ન) થવાથી રાજા વિના પણ રાજ્ય ચાલે છે.

१३. **प्रकृतिकोपः सर्वकोपेभ्यो गरीयान् ।**
પ્રજાનો ક્રોધ (ગુસ્સો) બધા ક્રોધોથી ભયાનક હોય છે.

१४. **अविनीतस्वामिलाभादस्वामिलाभः श्रेयान् ।**
નીચ (દુરાચારી) રાજા હોવા કરતાં રાજા ન હોય તે સારું છે.

१५. **सम्पद्यात्मानमविच्छेत् सहायवान् ।**
રાજા પોતે યોગ્ય બનીને યોગ્ય મદદ કરનારાઓની મદદ વડે રાજ્ય ચલાવે.

१६. **न सहायस्य मन्त्रनिश्चयः ।**
સહાય કરનારા વગર રાજા કોઈ નિર્ણય નથી કરી શકતો.

१७. **नैकं चक्रं परिभ्रमयति ।**
ફક્ત એક પૈડાથી રથ ના ચાલી શકે.

१८. **सहायः समसुखदुःखः ।**
જે સુખ અને દુઃખમાં એક જ સમાન સહાયતા કરે છે તે સાચો સહાયક હોય છે.

१९. **मानी प्रतिमानीनामात्मनि द्वितीयं मन्त्रमुत्पादयेत् ।**
અભિમાની રાજા ગૂંચવાયેલી સમસ્યાઓમાં અભિમાનનો ત્યાગ કરીને તટસ્થ વિચારો દ્વારા નિચોડ પર પહોંચે.

२०. **अविनीतं स्नेहमात्रेण न मंत्रे कुर्वीत ।**
દુરાચારીને ફક્ત સ્નેહના કારણે મંત્રણામાં ન રાખવો.

२१. **श्रुतवन्तमुपधाशुद्धं मन्त्रिणं कुर्वीत ।**
વાતને સાંભળનાર તથા ઉચ્ચ વિચારો ધરાવનાર મનુષ્યને જ રાજા પોતાનો મંત્રી બનાવે.

યોગ્ય સલાહના પાલનથી કાર્યમાં સફળતા તરત જ મળે છે.

૨૪. **मन्त्रविस्त्रावी कार्यं नाशयति ।**

લાભકારી તથા ગુપ્ત વાતોનો પ્રચાર કરીને દેવાથી ઇચ્છિત કાર્ય જલ્દી નષ્ટ પામે છે.

૨૫. **प्रमादाद् द्विषितां वशमुपयास्यति ।**

ઘમંડી હોય તો ગુપ્ત રહસ્યની શત્રુને જાણ થઈ જાય છે.

૨૬. **सर्वद्वारेभ्यो मन्त्रो रक्षयितव्यः ।**

દરેક પ્રકારે ગુપ્ત વિચારો સલાહની રક્ષા કરવી જોઈએ.

૨૭. **मन्त्रसम्पदा राज्यं वर्धते ।**

યોજનારૂપી સંપત્તિ રાજ્યની વૃદ્ધિ કરે છે.

૨૮. **(१) श्रेष्ठतमं मन्त्रगुप्तिाहुः ।**

મુખ્ય કે આગળની યોજનાઓને ગુપ્ત રાખવી, તેને શ્રેષ્ઠ માનવામાં આવે છે.

૨૮. **(२) कार्यन्धस्य प्रदीपो मन्त्रः ।**

હક્કરૂપી કાર્ય માટે સલાહ જ દીપક છે.

૨૯. **मन्त्रचक्षुषा परछिद्राण्यव लोकयन्तिः ।**

યોગ્ય સલાહરૂપી આંખોથી રાજા શત્રુની દુર્બળતાઓ જુએ છે.

૩૦. **मन्त्रकाले न मत्सरः कर्तव्यः ।**

સલાહ વિચારણા કરતી વખતે કોઈ જિદ્દ ના કરવી જોઈએ.

૩૧. **त्रयाणामेकवाक्ये सम्प्रत्ययः ।**

ત્રણેય (રાજા, મંત્રી અને પંડિત (વિદ્વાન))નું એક મત હોવું સૌથી ઉત્તમ સફળતા છે.

૩૨. **कार्यकार्यतत्त्वार्थदर्शिनो मन्त्रिणः ।**

કાર્ય-અકાર્યના રહસ્યને સારી રીતે જાણનાર જ મંત્રી હોવો જોઈએ.

૩૩. **षट्कर्णाद् भिद्यते मन्त्रः ।**

છ કાનોથી સલાહ વિચારણાનો ખુલાસો થઈ જાય છે.

૩૪. **आपत्सु स्नेहसंयुक्तं मित्रम् ।**

આપત્તિના સમયમાં પણ સ્નેહ રાખનાર જ મિત્ર છે.

૩૫. **मित्रसंग्रहेण बलं सम्पद्यते ।**

કરે છે.

૩૭. **अलब्धलाभो नालसस्य ।**

આળસુને કશું જ પ્રાપ્ત નથી થતું.

૩૮. **आलसस्य लब्धमपि रक्षितुं न शक्यते ।**

આળસુ પ્રાપ્ત વસ્તુની પણ રક્ષા નથી કરી શકતો

૩૯. **न आलसस्य रक्षितं विवर्धते ।**

આળસુએ બચાવેલી કોઈપણ વસ્તુમાં વધારો નથી થતો.

૪૦. **न भृत्यान् प्रेषयति ।**

આળસુ રાજા સેવકોથી પણ કામ નથી કરાવતા.

૪૧. **अलब्धलाभादिचुष्टयं राज्यतन्त्रम् ।**

ન પ્રાપ્ત થઈ શકે તેને પ્રાપ્ત કરવું, તેની રક્ષા કરવી, તેની વૃદ્ધિ કરવી તથા તેનો યોગ્ય ઉપયોગ કરવો, આ ચાર કાર્યો રાજ્ય માટે આવશ્યક છે.

૪૨. **राज्यतन्त्रायत्तं नीतिशास्त्रम् ।**

નીતિશાસ્ત્ર રાજ્ય વ્યવસ્થાને આધીન છે.

૪૩. **राज्यतन्त्रेष्वायत्तौ तन्त्रावापौ ।**

સ્વરાષ્ટ્ર નીતિ તથા વિદેશ નીતિ રાજ્ય વ્યવસ્થાના અંગ છે.

૪૪. **तन्त्र स्वविषयकृत्येष्वायत्तम् ।**

તંત્ર (સ્વરાષ્ટ્ર નીતિ) ફક્ત રાષ્ટ્રના આંતરિક બાબતોથી જોડાયેલ છે.

૪૫. **अवापो मण्डलनिविष्टः ।**

પરરાષ્ટ્ર નીતિ બધા રાષ્ટ્રોથી જોડાયેલી હોવી જોઈએ.

૪૬. **सन्धिविग्रहयोनिर्मण्डलः ।**

અન્ય દેશોથી જોડાવું કે જૂદું પડવું એ ચાલતું રહે છે.

૪૭. **नीतिशास्त्रानुगो राजा ।**

નીતિશાસ્ત્રનું પાલન કરવું રાજાની યોગ્યતા છે.

૪૮. **अनन्तरप्रकृतिः शत्रुः ।**

વારંવાર સીમા સંઘર્ષ થતાં રહેતા દેશ શત્રુ બની જાય છે.

૪૯. **एकान्तरितं मित्रमिष्यते ।**

એક જેવા દેશ જ મિત્ર બની જાય છે.

નબળો કે દુર્બળ રાજા શીઘ્ર સંધિ કરી લે.

૫૨. **तेजो हि सन्धानहेतुस्तदर्थानाम्।**

સંધિ કરનારાનો ઉદ્દેશ્ય જ સંધિ કરવાનો રહે છે.

૫૩. **नातप्तलौहो लौहेन सन्धीयते।**

ગરમ કર્યા વગર લોઢું લોઢા સાથે નથી જોડાતું.

૫૪. **बलवान हीनेन विग्रहणीयात्।**

શક્તિશાળી દુર્બળ પર જ આક્રમણ કરે છે.

૫૫. **न ज्यायसा समेन वा।**

વધુ શક્તિશાળી અથવા સમાન બળવાન સાથે યુદ્ધ ન કરો.

૫૬. **गजपादयुद्धमिव बलवद्विग्रहः।**

શક્તિશાળી સાથે યુદ્ધ કરવું એ હાથીઓની સેના સામે પગપાળા લડનારા જેવું છે.

૫૭. **आमपात्रमामेन सह विनश्यति।**

કાચું પાત્ર કાચા પાત્રથી ટકરાઈને તૂટી જાય છે.

૫૮. **अरिप्रयत्नमभिसमीक्षेत।**

શત્રુઓના પ્રયાસો પર ધ્યાન આપતાં રહો.

૫૯. **सन्धायैकतो वा।**

પડોશી દેશો જોડે સંધિ હોય તો પણ તેની ગતિવિધિ કે ચાલચલગતની ઉપેક્ષા ન કરવી.

૬૦. **अमित्रविरोधात्मरक्षामावसेत।**

શત્રુ દેશના ગુપ્તચરો પર હંમેશાં ધ્યાન રાખવું જોઈએ.

૬૧. **शक्तिहीनो बलवन्तमाश्रयेत्।**

શક્તિહીન રાજા બળવાન રાજાનો આશ્રય (સહારો) લે.

૬૨. **दुर्बलाश्रयो दुःखमावहति।**

દુર્બળથી આશ્રય (સહાયતા) દુઃખ આપે છે.

૬૩. **अग्निवद्राजानमाश्रयेत्।**

જે રીતે અગ્નિનો આશ્રય લેવામાં આવે છે, એ જ રીતે રાજાનો પણ આશ્રય (સહાયતા) લો.

૬૪. **राज्ञः प्रतिकूलं नाचरेत्।**

६६. **न देवचरितं चरेत् ।**

દેવોના ચારિત્ર્યનો અનુકરણ ન કરવું જોઈએ.

૬૭. **द्वयोरपीर्ष्यतोद्वैधीभावं कुर्वीत ।**

પોતાની જોડે ઈર્ષ્યા કરનારા બે વ્યક્તિઓ વચ્ચે દાવપેચની નીતિથી મતભેદ કરાવી દેવો જોઈએ.

६८. **नव्यसनपरस्य कार्यावाप्तिः ।**

ખરાબ ટેવોથી ઘેરાયેલા મનુષ્યોને કાર્યની પ્રાપ્તિ નથી થતી.

६९. **इन्द्रियवशवर्ती चतुरंगवानपि विनश्यति ।**

ઈન્દ્રિયોને આધીન રહેનારા રાજા ચતુરંગિણી સેના હોવા છતાં પણ જલ્દી નાશ પામે છે.

७०. **नास्ति कार्यं द्यूतप्रवर्तस्य ।**

જુગારની ટેવથી ટેવાયેલા લોકોના કોઈ કાર્ય નથી હોતાં.

७१. **मृगयापरस्य धर्मार्थौ विनश्यतः ।**

શિકારમાં પડેલા લોકોના ધર્મ અને અર્થ (ધન) બંને નષ્ટ પામે છે.

७२. **अर्थेषणा न व्यसनेषु गण्यते ।**

ધનની ઈચ્છા રાખવી તેમાં કોઈ બુરાઈ નથી માનવામાં આવતી.

७३. **न कामासक्तस्य कार्यनुष्ठानम् ।**

વિષય વાસનાઓથી ઘેરાયેલો મનુષ્ય કોઈ કાર્ય નથી કરી શકતો.

७४. **अग्निदाहादपि विशिष्टं वाक्यापरुष्यम् ।**

વાણીની કઠોરતા અગ્નિ સંસ્કારથી પણ વધીને છે.

७५. **दण्डपारुष्णात् सर्वजनद्वेष्यो भवति ।**

જેણે અપરાધ ન કર્યો હોય તેને કઠોર દંડ આપવામાં આવે તો તેને બદલો લેનાર શત્રુ બનાવી દે છે.

७६. **अर्थतोषिणं श्रीः परित्यजति ।**

ધનથી સંતોષી રાજાનો લક્ષ્મી ત્યાગ કરે છે.

७७. **अमित्रो दण्डनीत्यामायत्तः ।**

દુશ્મન દંડનીતિનો ભાગીદાર હોય છે.

७८. **दण्डनीतिमधितिष्ठन् प्रजाः संरक्षति ।**

દંડનીતિના યોગ્ય પ્રયોગથી પ્રજાની રક્ષા થાય છે.

દંડનીતિ ન લાગૂ કરવાથી મંત્રીઓમાં પણ કમીઓ આવવા લાગે છે.

૮૧. **न दण्डादकार्याणि कुर्वन्ति ।**

દંડનીતિ ન લાગૂ કરવાથી ખરાબ કાર્યો વધી જાય છે.

૮૨. **दण्डनीत्यामायत्तमात्मरक्षणम् ।**

આત્મરક્ષા દંડનીતિ પર જ નિર્ભર છે.

૮૩. **आत्मनि रक्षिते सर्वं रक्षितं भवति ।**

આત્મરક્ષા કરાય ત્યારે જ બધાની રક્ષા થઈ શકે છે કે કરાઈ શકે છે.

૮૪. **आत्मायत्तौ वृद्धिविनाशौ ।**

વૃદ્ધિ અને વિનાશ પોતાના હાથમાં છે.

૮૫. **दण्डो हि विज्ञाने प्रणीयते ।**

દંડનો પ્રયોગ વિવેકપૂર્વક કરવો જોઈએ.

૮૬. **दुर्बलोऽपि राजा नावमन्तव्यः ।**

દુર્બળ રાજાનું પણ અપમાન ન કરવું જોઈએ.

૮૭. **नास्त्यग्नेर्दौर्बल्यम् ।**

અગ્નિમાં દુર્બળતા નથી હોતી.

૮૮. **दण्डे प्रतीयते वृत्तिः ।**

રાજાની આવક દંડનીતિથી પ્રાપ્ત થાય છે.

૮૯. **वृत्तिमूलमर्थलाभः ।**

આવક પ્રાપ્તિનો અર્થ લાભ મેળવવો છે.

૯૦. **अर्थमूलौ धर्मकामौ ।**

ધર્મ અને કામનું મૂળ ધન છે.

૯૧. **अर्थमूलं कार्यम् ।**

ધન જ બધા કાર્યોનો મૂળ છે.

૯૨. **यदल्पप्रयत्नात् कार्यसिद्धिर्भवति ।**

ધન હોવાથી ઓછા પ્રયત્નથી જ કાર્ય પૂર્ણ થઈ જાય છે.

૯૩. **उपायपूर्वं न दुष्करं स्यात् ।**

ઉપાયથી કાર્ય મુશ્કેલ નથી રહેતું.

૯૪. **अनुपायपूर्वं कार्यं कडतमपिविनश्यति ।**

ઉપાય વગર કરેલા કાર્યો પણ નાશ પામે છે.

નિશ્ચય કરી લેવાથી કાર્ય પૂર્ણ થઈ જાય છે.

૯૭. **पुरुषकारमनुवर्तते दैवम् ।**

નસીબ પુરુષાર્થની પાછળ પાછળ જાય છે.

૯૮. **दैवं विनाऽति प्रयत्नं करोति यत्तद्विफलम् ।**

નસીબ પુરુષાર્થીને જ સહાયતા કરે છે.

૯૯. **असमाहितस्य वृतिर्न विद्यते ।**

નસીબના ભરોસે બેસી રહેવાથી કંઈ જ પ્રાપ્ત નથી થતું.

૧૦૦. **पूर्वं निश्चित्य पश्चात् कार्यमारभेत् ।**

પહેલાં નિશ્ચય કરો, પછી કાર્ય શરૂ કરો.

૧૦૧. **कार्यान्तरे दीर्घसूत्रता न कर्तव्या ।**

કાર્યની વચ્ચે આળસ ન કરો.

૧૦૨. **न चलचित्तस्य कार्यावाप्तिः ।**

ચંચળ મનવાળાને કાર્ય સિદ્ધિ નથી મળતી.

૧૦૩. **हस्तगतावमानात् कार्यव्यतिक्रमो भवति ।**

પોતાના હાથમાં સાધન ન રહેવાથી કાર્ય સારી રીતે પૂરા નથી થઈ શકતા.

૧૦૪. **दोषवर्जितानि कार्याणि दुर्लभानि ।**

કોઈ ખામી વગર કાર્ય થવું બહુ મુશ્કેલ છે.

૧૦૫. **दुरनुबन्धं कार्यं नारभेत् ।**

જે કાર્ય થઈ ન શકે તે કાર્યને શરૂ જ ના કરો.

૧૦૬. **कालवित् कार्यं साधयेत् ।**

સમયના મહત્ત્વને સમજનાર ચોક્કસ જ પોતાનું કામ પૂર્ણ કરી શકે છે.

૧૦૭. **कालातिक्रमात् काल एव फलं पिबति ।**

સમય પહેલાં કાર્ય કરવાથી સમય જ કાર્યફળને પી જાય છે.

૧૦૮. **क्षण प्रति कालविक्षेपं न कुर्यात् सर्वं कृत्येषु ।**

બધા પ્રકારના કાર્યોમાં એક ક્ષણની પણ ઉપેક્ષા ન કરો.

૧૦૯. **देशफलविभागौ ज्ञात्वा कार्यमारभेत् ।**

સ્થાન તથા પરિણામના અંતરને જાણીને કાર્ય શરૂ કરો.

નીતિ જાણનારા દેશકાળની પરીક્ષા કરે.

૧૧૨. **परीक्ष्यकारिणी श्रीश्चिरं तिष्ठति ।**

તપાસ કર્યા પછી કાર્ય કરવાથી લક્ષ્મી દીર્ઘકાળ સુધી રહે છે.

૧૧૩. **सर्वाश्च सम्पतः सर्वोपायेन परिग्रहेत् ।**

બધી સંપત્તિઓનો બધા ઉપાયો દ્વારા સંગ્રહ કરવો જોઈએ.

૧૧૪. **भाग्यवन्तमपरीक्ष्यकारिणं श्रीः परित्यजति ।**

વિચાર્યા વગર કાર્ય કરનારા નસીબદારનો પણ લક્ષ્મી ત્યાગ કરી દે છે.

૧૧૫. **ज्ञानानुमानैश्च परीक्षा कर्तव्या ।**

જ્ઞાન અને અનુમાનથી પરીક્ષા લેવી જોઈએ.

૧૧૬. **यो यस्मिन् कर्मणि कुशलस्तं तस्मिन्नैव योजयेत ।**

જે મનુષ્ય જે કાર્યમાં નિપુણ હોય, તેને એ જ કામ સોંપવું જોઈએ.

૧૧૭. **दुःसाध्यमपि सुसाध्यं करोत्युपायज्ञः ।**

ઉપાયોને જાણનાર (જ્ઞાતા) મુશ્કેલને પણ સરળ બનાવી દે છે.

૧૧૮. **अज्ञानिना कृतमपि न बहु मन्तव्यम् ।**

અજ્ઞાનીઓ દ્વારા કરવામાં આવેલા કાર્યોને મહત્ત્વ ન આપવું જોઈએ.

૧૧૯. **यादृच्छिकत्वात् कृमिरपि रूपान्तराणि करोति ।**

સંજોગથી કીડો પણ લાકડાને કોતરી કોતરીને ચિત્રામણ કરે છે. તેનો મતલબ એ નથી કે તે ચિત્રકાર છે.

૧૨૦. **सिद्धस्यैव कार्यस्य प्रकाशनं कर्तव्यम् ।**

કાર્ય પૂર્ણ થયા પછી જ બીજાને કહેવું જોઈએ.

૧૨૧. **ज्ञानवतामपि दैवमानुषदोषात् कार्याणि दुष्यन्ति ।**

જ્ઞાની વિદ્વાન પંડિત લોકોના કાર્યો પણ નસીબથી કે મનુષ્યો દ્વારા ખરાબ થઈ જાય છે.

૧૨૨. **दैवं शान्तिकर्मणा प्रिषेधव्यम् ।**

કુદરતી આપત્તિને શાંતિકર્મથી ટાળવાનો પ્રયત્ન કરવો જોઈએ.

૧૨૩. **मानुषीं कार्यविपत्ति कौशलेन विनिवारयेत् ।**

મનુષ્ય દ્વારા ઊભી થતી કાર્ય આપત્તિનો કુશળતાથી નિવેડો લાવવો જોઈએ.

कार्यविपत्तौ दोषान् वर्णयन्ति बालिशाः ।

નુકસાન પહોંચાડનાર પ્રત્યે ઉદારતા ન દેખાડવી.

૧૨૬. **क्षीरार्थी वत्सो मातुरुधः प्रतिहन्ति ।**
દૂધ માટે વાછરડું માતાના સ્તનો પર પ્રહાર કરે છે.

૧૨૭. **अप्रयत्नात् कार्यविपत्तिर्भवति ।**
પ્રયત્ન ન કરવાથી કાર્ય નાશ પામે છે.

૧૨૮. **न दैवप्रमाणानां कार्यसिद्धिः ।**
નસીબના ભરોસે રહેનારાના કાર્યો પૂર્ણ નથી થતાં.

૧૨૯. **कार्यबाह्यो न पोषयत्याश्रितान् ।**
કર્તવ્યોથી ભાગનાર શરણમાં આવેલાનાં પોષણ નથી કરી શકતા.

૧૩૦. **यः कार्यं न पश्यति सोऽन्धः ।**
જે કાર્યને નથી જોતાં તે આંધળા છે.

૧૩૧. **प्रत्यक्षपरोक्षानुमानैः कार्याणि परीक्षेत् ।**
પ્રત્યક્ષ, પરોક્ષ સાધનો તથા અનુમાનથી કાર્યોની પરીક્ષા કરો.

૧૩૨. **अपरीक्ष्यकारिणं श्रीः परित्यजति ।**
વિચાર્યા વગર કાર્ય કરનારાઓનો લક્ષ્મી ત્યાગ કરે છે.

૧૩૩. **परीक्ष्य तार्या विपत्तिः ।**
કાર્ય આપત્તિનો પરીક્ષાથી નિવેડો લાવો.

૧૩૪. **स्वशक्तिं ज्ञात्वा कार्यमारंभेत् ।**
પોતાની શક્તિને જાણ્યા પછી જ કાર્ય શરૂ કરો.

૧૩૫. **स्वजनं तर्पयित्वा यः शेषभोजी सोऽमृतभोजी ।**
સ્વજનોને તૃપ્ત કરીને શેષ ભોજન કરનાર અમૃત ખાય છે.

૧૩૬. **सर्वानुष्ठानादायमुखानि वर्धन्ते ।**
બધા યજ્ઞોથી આવકના સાધન વધે છે.

૧૩૭. **नास्ति भीरोः कार्यचिन्ता ।**
કાયર (બાયલા)ને કાર્યની ચિંતા નથી હોતી.

૧૩૮. **स्वामिनः शीलं ज्ञात्वा कार्यार्थी कार्यं साधयेत् ।**
સ્વામીના ચારિત્ર્યને જાણીને કામ કરનાર કાર્ય તપસ્યા (સાધના) કરે છે.

क्षुद्रे गुह्यप्रकाशनमात्मवान् न कुर्यात् .

નીચ વ્યક્તિને પોતાની ગુપ્ત વાતો ક્યારેય ન જણાવવી જોઈએ.

१४१. **आश्रितैरप्यवमनसते मृदुस्वभावः ।**

મૃદુ સ્વભાવવાળો વ્યક્તિ સહારો લેનારાથી પણ અપમાનિત થાય છે.

१४२. **तीक्ष्णदण्डः सर्वेरुद्वेदनीयो भवति ।**

કઠોર દંડ આપનારા રાજાને પ્રજા ધિક્કારે છે.

१४३. **यथार्हं दण्डकारी स्यात् ।**

રાજા ઉચિત દંડનો ઉપયોગ કરે.

१४४. **अल्पसारं श्रुतवन्तमपि न बहुमन्यते लोकः ।**

ગંભીર ન રહેનાર વિદ્વાન (પંડિત)ને સમાજ સન્માન નથી આપતો.

१४५. **अतिभारः पुरुषमवसादयति ।**

વધુ દબાણ પુરુષને દુઃખી કરે છે.

१४६. **यः संसदि परदोषं शंसति स स्वदोषं प्रख्यापयति ।**

જે ભરી સભામાં બીજાનો દોષ દેખાડે છે, તે પોતાના જ દોષોને પ્રસિદ્ધ કરે છે.

१४७. **आत्मनमेव नाशयत्यनात्मवातां कोपः ।**

મૂર્ખોનો ક્રોધ તેમનો જ નાશ કરે છે.

१४८. **नास्त्यप्राप्यं सत्यवताम् ।**

સત્ય-ધનવાન લોકો માટે કંઇ પણ દુર્લભ નથી.

१४९. **साहसेन न कार्यसिद्धिर्भवति ।**

ફક્ત સાહસથી કાર્ય પૂર્ણ નથી થતાં.

१५०. **व्यसानार्तो विरमत्यप्रवेशेन ।**

ખરાબ ટેવોવાળો વ્યક્તિ લક્ષ્ય સુધી પહોંચ્યા વગર જ રોકાઈ જાય છે.

१५१. **नास्त्यनन्तरायः कालविक्षेपे ।**

સમયની ઉપેક્ષા કરવાથી કાર્યમાં ખલેલ પડે છે.

१५२. **असंशयविनाशात् संशयविनाशः श्रेयान् ।**

ભવિષ્યમાં થનારા વિનાશ કરતાં થઈ રહેલો વિનાશ શ્રેષ્ઠ છે.

१५३. **परधनानि निक्षेप्तुः केवलं स्वार्थम् ।**

બીજાની અમાનત પ્રત્યે પક્ષપાત સ્વાર્થ છે.

दानं धर्मः ।

હોય છે.

૧૫૬. **यो धर्मार्थौ न विवर्धयति स कामः ।**

જે ધર્મ અને ધનની વૃદ્ધિ નથી કરતી તે વાસના છે.

૧૫૭. **तद्विपरीतोऽर्थाभासः ।**

ધર્મથી વિરુદ્ધ પ્રકારે આવેલું ધન માત્ર અનુભવ કરાવી શકે છે.

૧૫૮. **ऋजुस्वभावपरो जनेषु दुर्लभः ।**

છળ કપટ વગરના વ્યવહારવાળો વ્યક્તિ બહુ દુર્લભ છે.

૧૫૯. **अवमानेनागतमैश्वर्यमवमन्यते साधुः ।**

અન્યાયથી આવેલા ધનની ઉપેક્ષા કરનાર જ સાધુ છે.

૧૬૦. **बहूनपि गुणानेक दोषो ग्रसति ।**

બહુ ગુણોને પણ એક જ દોષ બરબાદ કરી દે છે.

૧૬૧. **महात्मना परेण साहसं न कर्तव्यम् ।**

મહાત્મા લોકો બીજાના સાહસ પર વિશ્વાસ ન કરો.

૧૬૨. **कदाचिदपि चरित्रं न लंघेत् ।**

ચારિત્ર્યનો ભંગ ક્યારેય ન કરવો જોઈએ.

૧૬૩. **क्षुधार्तो न तृणं चरति सिंहः ।**

ભૂખ્યો સિંહ ક્યારેય ઘાસ નથી ખાતો.

૧૬૪. **प्राणदपि प्रत्ययो रक्षितव्यः ।**

પ્રાણથી પણ વધુ વિશ્વાસની રક્ષા કરવી જોઈએ.

૧૬૫. **पिशुनः श्रोता पुत्रदारैरपि त्यज्यते ।**

ચાડિયા લોકોની વાત સાંભળનારને પુત્ર-પત્ની પણ ત્યજી દે છે.

૧૬૬. **बालादप्यर्थजातं श्रृणुयात् ।**

બાળકોએ પણ અત્યંત ઉપયોગી વાતો સાંભળવી જોઈએ.

૧૬૭. **सत्यमप्यश्रद्धेयं न वदेत् ।**

સત્ય પણ જો પ્રિય ન હોય, તો પણ તેને ન કહેવું જોઈએ.

૧૬૮. **नाल्पदोषाद् बहुगुणस्त्यज्यन्ते ।**

નાના દોષોથી વધુ ગુણ નથી ત્યજી શકાતા.

नास्ति रत्नमखण्डित् ।

દોષયુક્ત વગરના રત્ન (હીરા-ઝવેરાત) પણ નથી મળતા.

૧૭૧. मर्यादातीतं न कदाचिदपि विश्वसेत् ।

ચારિત્ર્યહીનનો ક્યારેય વિશ્વાસ ન કરવો જોઈએ.

૧૭૨. अप्रियेण कृतं प्रियमपि द्वेष्यं भवति ।

શત્રુ દ્વારા કરવામાં આવેલો ઉપકાર પણ ઘાતક હોય છે.

૧૭૩. नमन्त्यपि तुलाकोटिः कूपोदकक्षयं करोति ।

અભિવાદન કરો તે પછી જ ઢેકુલી કૂવામાંથી પાણી કાઢે છે.

૧૭૪. सतां मतं नातिक्रमेत् ।

સજ્જનોના વિચારોનું ઉલ્લંઘન ન કરવું જોઈએ.

૧૭૫. गुणवदाश्रयन्निर्गुणोऽपि गुणी भवति ।

ગુણવાનના સહારા વગર ગુણવાળો પણ ગુણી બની જાય છે.

૧૭૬. क्षीराश्रितं जलं क्षीरमेव भवति ।

દૂધમાં મેળવેલું પાણી પણ દૂધ જ થઈ જાય છે.

૧૭૭. मृत्पिण्डोऽपि पाटलिगन्धमुत्पादयति ।

માટી પણ ફૂલોની સોબતમાં રહેવાથી સુગંધ પેદા કરે છે.

૧૭૮. रजतं कनकसंगात कनकं भवति ।

ચાંદી સોનાના સંપર્કમાં આવવાથી સોનુ જ બની જાય છે.

૧૭૯. उपकर्तर्यपकर्तुमि-छत्यबुधः ।

મૂર્ખ વ્યક્તિ ભલાઈના બદલે બુરાઈ કરે છે.

૧૮૦. न पापकर्मयणामाक्रोशभयम् ।

પાપ ન કરનારાને નિંદાનો ભય નથી હોતો.

૧૮૧. उत्साहवतां शत्रवोऽपि वशीभवन्ति ।

હિમ્મતવાળાને શત્રુ પણ વશમાં થઈ જાય છે.

૧૮૨. विक्रमधना राजानः ।

રાજા પરાક્રમ (વીરતા)થી ધનવાન હોય છે.

૧૮૩. नास्त्यलसस्यैहिकामुष्मिकम् ।

આળસી વ્યક્તિને વર્તમાન અને ભવિષ્ય નથી હોતાં.

મુઆરાની જેમ જળમાં ડૂબીને લાભ લઈ લો.

१८६. **अविश्वस्तेषु विश्वासो न कर्तव्यः ।**
જેમના પર ભરોસો ન હોય, તેના પર ભરોસો ન કરવો જોઈએ.

१८७. **विषं विषमेव सर्वकालम् ।**
ઝેર દરેક પરિસ્થિતિમાં ઝેર જ છે.

१८८. **अर्थ समादाने वैरिणां संग एव न कर्तव्यः ।**
ધન બચાવવું હોય તો શત્રુઓનો સંગાથ છોડી દો.

१८९. **अर्थसिद्धौ वैरिणं न विश्वसेत् ।**
ઉદ્દેશ્ય પ્રાપ્તિ માટે પણ શત્રુઓ પર વિશ્વાસ ન કરો.

१९०. **अर्थाधीन एव नियतसम्बन्धः ।**
કોઈપણ સંબંધ ઉદ્દેશ્યથી જોડાયેલો રહે છે.

१९१. **शत्रोरपि सुतः सखा रक्षितव्यः ।**
શત્રુનો પુત્ર જો મિત્ર હોય તો તેની રક્ષા કરો.

१९२. **यावच्छत्रोश्छिद्रं तावद् बद्धहस्तेन वा स्कन्धेन वा बाह्यः ।**
શત્રુની નબળાઈ જાણવા સુધી તેને બનાવટી આડંબરોમાં રાખો.

१९३. **शत्रुछिद्रे प्रहरेत् ।**
શત્રુની નબળાઈ પર જ ઘાત કરવો જોઈએ.

१९४. **आत्मछिद्रं न प्रकाशयेत ।**
પોતાની કમજોરી કોઈને પણ ન જણાવો.

१९५. **छिद्रप्रहारिणः शत्रवः ।**
શત્રુ કમજોરીઓ પર જ પ્રહાર કરે છે.

१९६. **हस्तगतमपि शत्रुं न विश्वसेद् ।**
કાબૂમાં આવેલા શત્રુ પર ભૂલીને પણ વિશ્વાસ ન કરવો.

१९७. **स्वजनस्य दुर्वृत्तं निवारयेत ।**
આપણા હિતેચ્છુઓની નબળાઈઓ (દોષો)ને દૂર કરવા જોઈએ.

१९८. **स्वजनावमानोऽपि मनस्विनां दुःखमावहित ।**
મનસ્વીઓનો પોતાના સ્વજનના અપમાન દુઃખ આપે છે.

शत्रुं जयति सुवृत्तता ।
સારી ટેવો જ શત્રુઓને જીતે છે.

२०१. **निकृतिप्रिया नीचाः ।**
અધમ વ્યક્તિ સજ્જનો માટે દુઃખકારક હોય છે

२०२. **नीचस्य मतिर्न दातव्या ।**
અધમ વ્યક્તિને ઉપદેશ ન આપવો જોઈએ.

२०३. **तेषु विश्वासो न कर्तव्यः ।**
અધમ વ્યક્તિ પર ક્યારેય વિશ્વાસ ન કરવો જોઈએ.

२०४. **सुपूजितोऽपि दुर्जनः पीडयत्येव ।**
સન્માન મેળવનાર દુર્જન દુઃખ જ આપે છે.

२०५. **चन्दनानपि दावोऽग्निर्दहत्येव ।**
ચંદન વગેરેને પણ દાવાનળ (જંગલમાં લાગનારી આગઃ બાળે જ છે)

२०६. **कदाऽपि पुरुषं नावमन्येत् ।**
ક્યારેય પુરુષનું અપમાન ન કરો.

२०७. **क्षन्तव्यमिति पुरुषं न बाधेत् ।**
માફ કરવા યોગ્ય પુરુષને દુઃખી ન કરો.

२०८. **भर्त्राधिकं रहस्ययुक्तं वक्तुमिच्छन्त्यबुद्धयः ।**
માલિક દ્વારા કહેલી ગુપ્ત વાતોને પણ મૂર્ખ વ્યક્તિ કહી દેવાની ઈચ્છા રાખે છે.

२०९. **अनुरागस्तु फलेन सूच्यते ।**
સાચો પ્રેમ કહેવાથી નહીં પરંતુ કાર્યરૂપમાં દેખાવા લાગે છે.

२१०. **आज्ञाफलमैश्वर्यम् ।**
ઐશ્વર્યનું પરિણામ આજ્ઞા છે.

२११. **दातव्यमपि बलिशः क्लेशेन दास्यति ।**
આપવા યોગ્ય વ્યક્તિઓ (દાનવીરો) ને પણ મૂર્ખ વ્યક્તિ પીડા આપે છે.

२१२. **महदैश्वर्यं प्राप्याप्यधृतिान विनश्यति ।**
ધૈર્ય વગરનો વ્યક્તિ વધુ પડતી સુખ સુવિધાઓ પ્રાપ્ત કરીને નાશ પામે છે.

દુષ્ટોની સંતતિથી હંમેશા દૂર જ રહેવું જોઈએ.

૨૧૫. **शौण्डहस्तगतं पयोऽप्यवमन्यते ।**

દારૂડિયાના હાથના દૂધને પણ ત્યજી દેવું જોઈએ.

૨૧૬. **कार्यसंकटेष्वर्थव्यवसायिनी बुद्धिः ।**

મુશ્કેલ સમયમાં બુદ્ધિ જ માર્ગ દેખાડે છે.

૨૧૭. **मितभोजनं स्वास्थ्यम् ।**

થોડું ભોજન કરવું જ સ્વાસ્થ્યકારક છે.

૨૧૮. **पथ्यमपथ्यं वाऽजीर्णे नाश्नीयात् ।**

ન પચનારી વસ્તુથી કબજિયાત થઈ જાય તો પચનારી વસ્તુને પણ ન ખાવી જોઈએ.

૨૧૯. **जीर्णभोजिनं व्याधिर्नोपि सर्पितः ।**

પચી જવાથી ભોજન કરનારને બીમારી નથી થતી.

૨૨૦. **जीर्णशरीरे वर्धमानं व्याधिं नोपेक्ष्येत् ।**

વૃદ્ધાવસ્થામાં વધી રહેલા નાના રોગને પણ વણદેખ્યું ના કરો.

૨૨૧. **अजीर्णे भोजनं दुःखम् ।**

અપચો થવાથી ભોજન પીડા આપે છે.

૨૨૨. **शत्रोरपि विशिष्यते व्याधिः ।**

શત્રુથી પણ રોગ મોટો છે.

૨૨૩. **दानं निधानमनुगामि ।**

દાન પોતાની શક્તિ અનુસાર આપવું જોઈએ.

૨૨૪. **पदुतरे तृष्णापरे सुलभमतिसन्धानम् ।**

ચાલાક અને લોભી વ્યક્તિ સ્વાર્થને કારણે નકામી ઘનિષ્ઠતા વધારે છે.

૨૨૫. **तृष्णाया मतिश्छाद्यते ।**

લોભ બુદ્ધિને ઢાંકી દે છે.

૨૨૬. **कार्यबहुत्वे बहफलमायतिकं कुर्यात् ।**

બહુ બધા કાર્યોમાં વધુ ફળ આપનાર કાર્યને પહેલાં કરો.

૨૨૭. **स्वयमेवावस्कन्नं कार्यं निरीक्षेत् ।**

પોતાનાથી બગડેલા કે અન્ય દ્વારા બગડેલા કાર્યોની તપાસ જાતે જ કરો.

મૂર્ખો જોડે ઝઘડો ન કરવો જોઈએ.

૨૩૦. **मूर्खेषु मूर्खवत् कथ्येत्।**
મૂર્ખ જોડે મૂર્ખની જ ભાષામાં બોલો.

૨૩૧. **आयसैरावसं छेद्यम्।**
લોઢાથી લોઢું કાપવું જોઈએ.

૨૩૨. **नास्त्यधीमतः सखा।**
મૂર્ખના મિત્રો નથી હોતાં.

૨૩૩. **धर्मेण धार्यते लोकः।**
ધર્મ જ માનવને ધારણ કરે છે.

૨૩૪. **प्रेतमपि धर्माधर्मावनुगच्छतः।**
ધર્મ અને અધર્મ પ્રેતયોનિમાં પણ સાથ નથી છોડતાં.

૨૩૫. **दया धर्मस्य जन्मभूमिः।**
દયા ધર્મની જન્મભૂમિ છે.

૨૩૬. **धर्ममूले सत्यदाने।**
ધર્મ જ સત્ય અને જ્ઞાનનું મૂળ છે.

૨૩૭. **धर्मेण जयति लोकान्।**
વ્યક્તિ ધર્મથી જ લોકોને જીતે છે.

૨૩૮. **मृत्युरपि धर्मिष्ठं रक्षति।**
ધાર્મિક વ્યક્તિ મૃત્યુ પછી પણ અમર રહે છે.

૨૩૯. **तद्विपरीतं पापं यत्र प्रसज्यते तत्र**
धर्मावमतिर्महती प्रसज्यते।
જ્યાં પાપ ફેલાઈ જાય છે, ત્યાં ધર્મનું ઘોર અપમાન થવા લાગે છે.

૨૪૦. **उपस्थितविनाशानां प्रकृत्याकारेण लक्ष्यते।**
ઉપસ્થિત વિનાશ કુદરતના વ્યવહારથી સૂચિત થાય છે.

૨૪૧. **आत्मविनाशं सूचयत्यधर्मबुद्धिः।**
અધર્મ બુદ્ધિ સ્વયંનો જ વિનાશ કરી દે છે.

૨૪૨. **पिशुनवादिनो न रहस्यम्।**
ચાડિયાઓને ગુપ્ત વાતો ક્યારેય ન બતાવો.

૨૪૩. **पर रहस्यं नैव श्रोतव्यम्।**

બની જાય છે અને પ્રજાને દુઃખી કરે છે.

૨૪૫. **स्वजनेष्वतिक्रमो न कर्तव्यः ।**

પોતાના પરિજનોના અપમાન ન કરવા જોઈએ.

૨૪૬. **माताऽपि दुष्टा त्याज्या ।**

માતા પણ અધમ હોય તો ત્યાગ કરી દેવા યોગ્ય છે.

૨૪૭. **स्वहस्तोऽपि विषदग्धश्छेद्यः ।**

વિષવાળા હાથને કાપી નાખવા જોઈએ.

૨૪૮. **परोऽपि च हितो बन्धुः ।**

અજાણ વ્યક્તિ જો શુભચિંતક હોય તો તેને પોતાનો ભાઈ સમજવો જોઈએ.

૨૪૯. **कक्षादप्यौषधं गृह्यते ।**

સૂકાં જંગલોમાંથી પણ ઔષધી લાવી શકાય છે.

૨૫૦. **नास्ते चौरेषु विश्वासः ।**

ચોરો પર ક્યારેય વિશ્વાસ ન કરો.

૨૫૧. **अप्रतीकारेष्वनादरो न कर्तव्यः ।**

શત્રુને દુઃખી જોઈને ક્યારેય ઉપહાસ ન કરો.

૨૫૨. **व्यसनं मनागपि बाधते ।**

નાની અમથી બુરાઈ પણ દુઃખ આપનારી હોય છે.

૨૫૩. **अमरवदर्थजातमर्जयेत् ।**

પોતાને અમર સમજીને ધનનો સંગ્રહ કરવો જોઈએ.

૨૫૪. **अर्थवानम् सर्वलोकस्य बहुमतः ।**

ધનવાનની બધા લોકો ઈજ્જત કરે છે.

૨૫૫. **महेन्द्रयप्यर्थहीनं न बहु मन्यते लोकः ।**

મહાન રાજા જો ધન વગરનો હોય ત્યારે પણ તે લોક સન્માન નથી પ્રાપ્ત કરી શકતો.

૨૫૬. **दारिद्रयं खलु पुरुषस्य जीवितं मरणम् ।**

ગરીબી તો જીવન છતાં મૃત્યુ સમાન છે.

૨૫૭. **विरूपोऽर्थवान् सुरूपः ।**

૨૫૯. अकुलीनोऽपि धनी कुली कुलीनाद्विशिष्टः ।
જેનો કુળ કલંકિત હોય અને ભરપૂર ધન સંપત્તિ હોય તે કુળવાનથી પણ શ્રેષ્ઠ છે.

૨૬૦. नास्त्यवमानभयमनार्यस्य ।
અધમ કે પાપીને અપમાનનો ભય નથી હોતો.

૨૬૧. न चेतनवतां वृत्तिर्भयम् ।
કુશળ લોકોને રોજગારનો ભય નથી રહેતો.

૨૬૨. न जितेन्द्रियाणां विषयभयम् ।
જે ઇન્દ્રિયોને વશ કરી શકે છે, તેમને વિષય વાસનાનો ભય નથી રહેતો.

૨૬૩. न कृतार्थानां मरणभयम् ।
ભલુ કરનારાઓને મૃત્યુનો ડર નથી રહેતો.

૨૬૪. कस्यचिदर्थं स्वमिव मन्यते साधुः ।
કોઈના પણ ધનને સજ્જન પોતાની વસ્તુના જેટલી કાળજીપૂર્વક રાખે છે.

૨૬૫. परविभवेष्वादो न कर्तव्यः ।
બીજાની સુખસુવિધાઓનો લોભ ન કરવો જોઈએ.

૨૬૬. परविभवेष्वादरोऽपि नाशमूलम् ।
બીજાના ધનનો લોભ નાશનું કારણ છે.

૨૬૭. अल्पमपि पर द्रव्यं न हर्तव्यम् ।
બીજાની નાનામાં નાની વસ્તુ પણ ક્યારેય ન ચોરવી જોઈએ.

૨૬૮. परद्रव्यापहरणमात्मद्रव्यनाशहेतुः ।
બીજાના ધનની ચોરી કરવી પોતાના ધનનો નાશ કરવા બરાબર છે.

૨૬૯. न चौर्यात्परं मृत्युपाशः ।
ચોરી કરવા કરતાં તો મરી જવું તે જ સારું છે.

૨૭૦. यवागूरपि प्राणधारणं करोति लोके ।
સતુઆ કે સાથવાથી પણ લોકોમાં પ્રાણની રક્ષા થાય છે.

૨૭૧. न मृतस्यौषधं प्रयोजनम् ।

દરેક ક્ષણ સાવધાન રહેવું એ જ ઉદ્દેશ્ય પ્રાપ્તિનું કારણ બની જાય છે.

२७३. **नीचस्य विद्याः पापकर्मणि योजयन्ति ।**

દુરાચારીની વિદ્યાઓ પાપ કર્મોને વધારનારી હોય છે.

२७४. **पयःपानमपि विषवर्धन भुजंगस्य नामृतं स्यात् ।**

સાપને દૂધ પીવડાવવું પણ તેનું વિષ વધારવા સમાન છે, ન કે અમૃત.

२७५. **न हि धान्यसमो ह्यर्थः ।**

અન્ન સમાન બીજું કોઈ ધન નથી.

२७६. **न क्षुधासमः शत्रुः ।**

ભૂખ સમાન બીજો કોઈ શત્રુ નથી.

२७७. **अकृतेर्नियताक्षुत् ।**

આળસુઓએ ભૂખે મરવું તેમના નસીબમાં છે.

२७८. **नास्त्यभक्ष्यं क्षुधितस्य ।**

ભૂખ્યા માટે કંઇ પણ નહીં ખાવા યોગ્ય નથી.

२७९. **इन्द्रियाणि रावशं कुर्वन्ति ।**

ઈન્દ્રિયો વૃદ્ધાવસ્થાને આધીન કરી દે છે.

२८०. **सानुक्रोशं भर्तारमाजीवेत् ।**

જે સેવકોના દુ:ખદર્દને સમજતાં હોય તે જ સેવા યોગ્ય છે.

२८१. **लुब्धसेवी पावकेच्छ्या खद्योतं धमति ।**

કઠોર વ્યવહારવાળા માલિકનો સેવક આગ માટે આગિયાને ફૂંકે છે.

२८२. **विशेषज्ञ स्वामिनमाश्रयेत् ।**

યોગ્ય સ્વામીનો જ સહારો લેવો જોઈએ.

२८३. **पुरुषस्य मैथुनं जारा ।**

વધુ પડતું મૈથુન કરવાથી પુરુષ જલદી વૃદ્ધ થઈ જાય છે.

२८४. **स्त्रीणां अमैथुनं जरा ।**

સ્ત્રીઓ મૈથુન ન કરવાથી જલદી વૃદ્ધ થઈ જાય છે.

२८५. **न नीचोत्तमयोर्विवाहः ।**

પાપી અને સજ્જનનો વિવાહ ન થવો જોઈએ.

કીર્તિ તથા પુણ્ય ક્ષીણ થઈ જાય છે.

૨૮૭. **नास्त्यहंकार समः शत्रुः ।**

ઘમંડથી મોટો બીજો કોઈ શત્રુ નથી.

૨૮૮. **संसदि शत्रु न परिक्रोशेत् ।**

સભામાં શત્રુ પર ક્રોધ ન કરવો જોઈએ.

૨૮૯. **शत्रुव्यसनं श्रवणसुखम् ।**

શત્રુની ટેવ સાંભળવામાં સુખ મળે છે.

૨૯૦. **अधनस्य बुद्धिर्न विद्यते ।**

ગરીબને બુદ્ધિ નથી હોતી.

૨૯૧. **हितमप्यधनस्य वक्य न श्रृणोति ।**

ગરીબનું હિતકારક વાક્ય પણ નથી સાંભળી શકાતું.

૨૯૨. **अधनः स्वभार्ययाप्यवमन्यते ।**

ગરીબ પોતાની પત્ની દ્વારા પણ અપમાનિત થાય છે.

૨૯૩. **पुष्पहीनं सहकारमपि नोपासते भ्रमराः ।**

ફૂલ વગરની નાની કેરીને પણ ભમરો ત્યજી દે છે.

૨૯૪. **विद्या धनमधनानाम् ।**

વિદ્યા ગરીબોનું ધન છે.

૨૯૫. **विद्या चौरैरपि न ग्राह्या ।**

વિદ્યાને ચોર પણ નથી ચોરી શકતાં.

૨૯૬. **विद्या ख्यापिता ख्यातिः ।**

વિદ્યા ખ્યાતિને ફેલાવે છે.

૨૯૭. **यशः शरीरं न विनश्यति ।**

કીર્તિ રૂપી શરીરનો ક્યારેય નાશ નથી થતો.

૨૯૮. **यः परार्थमुपसर्पति स सत्पुरुषः ।**

જે પરોપકાર આગળ વધારે છે, તે જ સત્પુરુષ છે.

૨૯૯. **इन्द्रियाणां प्रशम शास्त्रम् ।**

ઇન્દ્રિયોને શાંત રાખવી જ અકલમંદી છે.

૩૦૦. **अशास्त्रकार्यवृत्तौ शास्त्राकुशं निवारयि ।**

બુરાઈઓના વશમાં થતાં શાસ્ત્રનો અંકુશ તેને રોકે છે.

नीचस्य विद्या नोपेतव्या ।

મલેચ્છોની ભાષા ન શીખવી.

૩૦૩. **म्लेच्छानामपि सुवृत्तं ग्राह्यम् ।**

મલેચ્છોની પણ સારી વાર્તા ગ્રહણ કરવા યોગ્ય હોય છે.

૩૦૪. **गुणे न मत्सरः कार्यः ।**

ગુણ શીખવામાં આળસ ન કરવી જોઈએ.

૩૦૫. **शत्रोरपि सुगुणो ग्राह्यः ।**

શત્રુના પણ સદ્‌ગુણ લઈ લેવા જોઈએ.

૩૦૬. **विषादप्यमृतं ग्राह्यम् ।**

વિષમાંથી અમૃત લઈ લેવું જોઈએ.

૩૦૭. **अवस्थया पुरुषः सम्मान्यते ।**

યોગ્યતાથી જ પુરુષ સન્માન મેળવે છે.

૩૦૮. **स्थान एव नरा पूज्यन्ते ।**

પોતાના ગુણોથી જ પુરુષ પૂજવા યોગ્ય હોય છે.

૩૦૯. **आर्यवृत्तमनुतिष्ठेत ।**

શ્રેષ્ઠ સ્વભાવને જાળવી રાખો.

૩૧૦. **कदापि मर्यादां नातिमेत् ।**

મર્યાદાનો ક્યારેય ઉલ્લંઘન ન કરો.

૩૧૧. **नास्त्यर्ध पुरुष रत्नस्य ।**

પુરુષ રૂપી રત્નનો કોઈ મૂલ્ય ન આંકી શકાય.

૩૧૨. **न स्त्रीरत्नसमं रत्नम् ।**

સ્ત્રી રત્ન સમાન અન્ય રત્ન નથી.

૩૧૩. **सुदुर्लभं रत्नम् ।**

રત્ન પ્રાપ્ત કરવો બહુ મુશ્કેલ હોય છે.

૩૧૪. **अयशो भयं भयेषु ।**

બદનામી બધા ભયોથી મોટો ભય છે.

૩૧૫. **नास्त्यलसस्य शास्त्रगमः ।**

આળસુ શાસ્ત્રનો અધ્યયન (અભ્યાસ) ક્યારેય નથી કરી શકતો.

૩૧૬. **न स्त्रैणस्य स्वर्गाप्तिर्धर्मकृत्यं च ।**

સ્ત્રી પણ આવા સ્ત્રૈણ પુરુષનું અપમાન કરે છે.

३१८. **न पुष्पार्थी सिञ्चति शुष्कतरुम् ।**
ફૂલોને પ્રેમ કરનાર મનુષ્ય સૂકાં વૃક્ષોને નથી સીંચતો.

३१९. **अद्रव्यप्रयत्नो बालुकाक्वथानादनन्यः ।**
ધન વગરના કાર્યનો અર્થ છે રેતમાંથી તેલ કાઢવું.

३२०. **न महाजनहासः कर्तव्यः ।**
મહાન લોકોનો તિરસ્કાર ન કરવો જોઈએ.

३२१. **कार्यसम्पदं निमित्तानि सूचयन्ति ।**
કોઈ કાર્યના લક્ષણ જ તેના પૂર્ણ થવાની કે અપૂર્ણ રહેવાની સૂચના આપે છે.

३२२. **नक्षत्रादपि निमित्तान विशेषयन्ति ।**
નક્ષત્રો દ્વારા પણ ભવિષ્યની સિદ્ધિ અસિદ્ધની સૂચના મળે છે.

३२३. **न त्वरितस्य नक्षत्रपरीक्षा ।**
પોતાના કાર્યને સિદ્ધ કરવાની ઇચ્છા રાખનાર નક્ષત્ર પાસે નસીબની પરીક્ષા નથી કરતાં.

३२४. **परिचये दोषा न छाद्यन्ते ।**
પરિચયમાં દોષ છુપાયેલા નથી રહેતા.

३२५. **स्वयमशुद्धः परानाशङ्कते ।**
સ્વયં અશુદ્ધ વ્યક્તિ બીજાની શુદ્ધતા પર શંકા કરે છે.

३२६. **स्वभावो दुरतिक्रमः ।**
સ્વભાવને બદલી ના શકાય.

३२७. **अपराधानुरूपो दण्डः ।**
ગુના મુજબ જ દંડ આપવો જોઈએ.

३२८. **कथानुरूपं प्रतिवचनम् ।**
જેવું પૂછવામાં આવે, તે પ્રમાણે જ જવાબ હોવો જોઈએ.

३२९. **विभवानुरूपमाभरणम् ।**
વૈભવ અનુસાર જ આભૂષણ હોવા જોઈએ.

३३०. **कुलानुरूपं वृत्तम् ।**
કુળ મુજબ જ ચારિત્ર્ય હોવું જોઈએ.

વ્યક્તિત્વ અનુસાર દાન આપવું જોઈએ.

३३३. **वयोऽनुरूपः वेषः ।**
ઉંમર પ્રમાણે જ વેશ હોવો જોઈએ.

३३४. **स्वाम्यनुकूलो भृत्यः ।**
સેવકે સ્વામીને અનુકૂળ જ ચાલવું જોઈએ.

३३५. **गुरुवशानुवर्ती शिष्यः ।**
શિષ્યનું ગુરુને અનુકૂળ આચરણ હોવું જોઈએ.

३३६. **भर्तृशानुवर्तिनी भार्या ।**
પત્નીએ પતિને અનુકૂળ વ્યવહાર (આચરણ) કરવો જોઈએ.

३३७. **पितृवशानुवर्ती पुत्रः ।**
પુત્રનો પિતાને અનુકૂળ વ્યવહાર હોવો જોઈએ.

३३८. **अत्युपचार शंकितव्यः ।**
અધિક ઔપચારિકતામાં શંકા કરવી જોઈએ.

३३९. **स्वमिनमेवानुवर्तेत ।**
સેવકે હંમેશાં સ્વામીની આજ્ઞાઓનું પાલન કરવું.

३४०. **मातृताडितो वत्सो मातरमेवानुरोदिति ।**
માં દ્વારા માર ખાધેલું બાળક માંની આગળ રડે છે.

३४१. **स्नेहवत स्वल्पो हि रोषः ।**
ગુરુઓનો ગુસ્સો પણ સ્નેહના કારણે હોય છે.

३४२. **आत्मछिद्रं न पश्यति परिछिद्रमेव पश्यति बालिशः ।**
મૂર્ખ વ્યક્તિ બીજાઓનો દોષ જુએ છે, ક્યારેય પોતાના નહીં.

३४३. **सोपचारः कैतवः ।**
કપટી કે દગાખોર અન્યના કપટી સેવક બને છે.

३४४. **काम्यैर्विशेषैरूपचरणमुपचारः ।**
સ્વામીને વિશેષ પસંદ વસ્તુની ભેટ આપવી કપટીની સેવા છે.

३४५. **चिरपरिचितानामत्युपचारः शंकितव्यः ।**
જૂના પરિચિતો દ્વારા અધિક સન્માન આપવું શંકા યોગ્ય હોય છે.

३४६. **गौर्दुष्करा श्वसहस्त्रादेकाकिनी श्रेयसी ।**

३४८. **अतिसंगो दोषमुत्पादयति ।**
અધિક મોહ દોષ ઉત્પન્ન કરે છે.

३४९. **सर्व जयत्यक्रोधः ।**
ક્રોધ ન કરનાર બધાને જીતી લે છે.

३५०. **यद्यपकारिणि कोपः कोपे कोप एवं कर्तव्यः ।**
દુષ્ટ વ્યક્તિના ક્રોધ કર્યા પછી જ તમારો ક્રોધ પ્રગટ કરો.

३५१. **मतिमत्सु मूर्खमित्रगुरुवल्लभेषु विवादो न कर्तव्यः ।**
બુદ્ધિશાળી, મૂર્ખ, મિત્ર, ગુરુ, તથા સ્વામી જોડે ઝગડો ના કરો.

३५२. **नस्त्यपिशाचमैश्वर्यम् .**
ઐશ્વર્ય બુરાઈઓ વગરનું નથી હોતું.

३५३. **नास्ति धनवतां शुभकर्मसु श्रमः ।**
ધનવાનોનો પરિશ્રમ શુભ કાર્યોમાં નથી હોતો, અને હોય છે તો સમજો કોઈ તો સ્વાર્થ છે.

३५४. **नास्ति गतिश्रमो यानवताम् ।**
વાહનો પર નિર્ભર રહેનાર પગપાળા ચાલવાની તકલીફ નથી લેતાં.

३५५. **अलौहमयं निगडं कलत्रम् ।**
પત્ની લોઢા વિનાની બેડી છે.

३५६. **यो चरित्रकुशलः सतस्मिन् योक्तव्यः ।**
જે વ્યક્તિ જે કામમાં નિપુણ હોય તેને તે કામ જ સોંપવું જોઈએ.

३५७. **दुष्टकलत्रं मनस्विनां शरीरकर्शनम् ।**
વિદ્વાનોની દૃષ્ટિએ દુષ્ટ (અધમ) પત્ની દુઃખનું કારણ છે.

३५८. **अप्रमत्तो दारान्निरीक्षेत् ।**
સાવધાનીથી પત્નીનું નિરીક્ષણ કરો.

३५९. **स्त्रीषु किञ्चिदपि न विश्वसेत् ।**
સ્ત્રીઓ પર બિલકુલ પણ વિશ્વાસ ન કરવો જોઈએ.

३६०. **न समाधि स्त्रीषु लोकज्ञता च ।**
સ્ત્રીઓમાં વિવેક તથા લોકવ્યવહારનું જ્ઞાન નથી હોતું.

३६१. **गुरुणां माता गरीयसी ।**

૩૬૩. **वैदुष्यमलंकारेणाच्छाद्यते।**
અધિક યોગ્યતા આભૂષણોથી ઢંકાઈ જાય છે.

૩૬૪. **स्त्रीणां भूषणं लज्जा।**
સ્ત્રીઓનું આભૂષણ લજ્જા છે.

૩૬૫. **विप्राणामां भूषणं वेदः।**
વેદ જ બ્રાહ્મણના આભૂષણ છે.

૩૬૬. **सर्वेषां भूषणं धर्मः।**
ધર્મ દરેકના આભૂષણ છે.

૩૬૭. **अनुपद्रवं देशभावसेत।**
જ્યાં આતંકવાદી ન હોય, એ જ દેશમાં રહેવું જોઈએ.

૩૬૮. **साधु जल बहुलो देशः।**
જ્યાં સજ્જનોની સંખ્યા વધુ હોય એ જ દેશ સારો હોય છે.

૩૬૯. **राज्ञो भेतव्यं सार्वकालम्।**
રાજાથી હંમેશાં ડરવું જોઈએ.

૩૭૦. **न राज्ञः परं दैवतम्।**
રાજાથી મોટો કોઈ દેવતા નથી.

૩૭૧. **सुदूरमपि दहति राजवह्नि।**
રાજાના ક્રોધની આગ બહુ તેજ હોય છે અને દૂર સુધીની બુરાઈઓને ભષ્મ કરી દે છે.

૩૭૨. **रिक्तहस्तो न राजानमभिगच्छेत्।**
રાજાની પાસે ખાલી હાથે ન જવું જોઈએ.

૩૭૩. **गुरुं च दैवं च।**
મંદિર તથા ગુરુની પાસે ક્યારેય ખાલી હાથે ન જવું જોઈએ.

૩૭૪. **कुटुम्बिनो भेतव्यम्।**
રાજ પરિવારથી ક્યારેય ઈર્ષ્યા ન કરવી જોઈએ.

૩૭૫. **गन्तव्यं च सदा राजकुलम्।**
રાજકુળમાં બરોબર આવતા જતા રહેવું જોઈએ.

૩૭૬. **राजपुरुषैः सम्बन्धं कुर्यात्.**

३७८. **न चक्षुषाऽपि राजातं निरीक्षेत् ।**

રાજા જોડે નજર મેળવીને ક્યારેય વાત ન કરવી જોઈએ.

३७९. **पुत्रे गुणवति कुटुम्बिनः स्वर्गः ।**

પુત્ર ગુણી હોય તો કુટુંબમાં હંમેશાં સુખ જ સુખ છે.

३८०. **पुत्राः विद्यानां पारं गमयितव्या ।**

પુત્રને બધી જ વિદ્યાઓમાં નિપુણ બનાવવો જોઈએ.

३८१. **जनपदार्थं ग्रामं त्यजेत् ।**

જનપદ માટે ગામનો ત્યાગ કરી દેવો જોઈએ.

३८२. **ग्रामार्थं कुटुम्बं त्यजेत् ।**

ગામ માટે કુટુંબનો ત્યાગ કરી દેવો જોઈએ.

३८३. **अतिलाभः पुत्रलाभः ।**

પુત્ર રત્નની પ્રાપ્તિ બધા સુખોથી શ્રેષ્ઠ છે.

३८४. **दुर्गतेः पितरौ रक्षित स पुत्रः ।**

માતા-પિતાની પરેશાનીઓ દૂર કરનાર પુત્ર છે.

३८५. **कुलं प्रख्यापयति पुत्रः ।**

ઉત્તમ પુત્ર કુળનું ગૌરવ હોય છે.

३८६. **नानपत्यस्य स्वर्गः ।**

પુત્રહીન વ્યક્તિને સ્વર્ગ નથી મળતું.

३८७. **या प्रसूते सा भार्या ।**

સુંદર સંતાનને જન્મ આપનારી જ પત્ની છે.

३८८. **तीर्थसमवाये पुत्रवतीमनुगच्छेत् ।**

ઘણી રાણીઓના એક સાથે રજસ્વલા થયા પછી રાજા પ્રથમ પુત્રવતી રાણીની પાસે જાય.

३८९. **सतीर्थगमनाद् ब्रह्मचर्यं नश्यति ।**

માસિક ધર્મકાળમાં સંભોગ કરવાથી બ્રહ્મચર્યનો નાશ થાય છે.

३९०. **न परक्षेत्रे बीजं विनिक्षिपेत ।**

પર સ્ત્રી સાથે ક્યારેય સંભોગ ન કરવો.

પોતાની દાસી સાથે સંભોગ કરવો તેના દાસ બનવા સમાન છે.

३९३. **उपस्थितविनाशः पथ्यवाक्यं न श्रृणोति ।**
જેનો વિનાશ થવાનો હોય તેને સારી વાત સૂઝતી નથી.

३९४. **नास्ति देहिनां सुखदुःखभावः ।**
પ્રાણીઓને સુખ દુઃખ તો આવતાં જતાં રહે છે.

३९५. **मातरमिव वत्साः सुखदुःखानि कर्तारमेवानुगच्छन्ति ।**
માંની પાછળ ચાલતાં બાળકની સમાન સુખદુઃખ મનુષ્યની પાછળ ચાલતાં રહે છે.

३९६. **तिलमात्रप्युकारं शैलषन्मन्यते साधुः ।**
સજ્જન તલ માત્રના ઉપકારને પણ પર્વત સમાન માને છે.

३९७. **उपकारोऽनार्येष्वकर्तव्यः ।**
દુષ્ટ (અધમ) નું ક્યારેય ભલું ન કરવું જોઈએ.

३९८. **प्रत्युपकारभयादनार्यः शत्रुर्भवति ।**
દુષ્ટની સાથે ઉપકાર કરવાથી તે ઉપકાર ન માનતાં શત્રુ બની જાય છે.

३९९. **स्वल्पमप्युपकारकृते प्रत्युपकार कर्तुमार्यो स्वपिति ।**
નાના ઉપકારનાં બદલામાં ઉપકાર કરવા માટે સજ્જન હંમેશાં જાગરૂક રહે છે.

४००. **न कदाऽपि देवताऽवमन्तव्या ।**
દેવતાઓનું ક્યારેય અપમાન ન કરવું જોઈએ.

४०१. **न चक्षुषः समं ज्योतिरस्ति ।**
આંખ સમાન કોઈ જ્યોતિ નથી.

४०२. **चक्षुर्हि शरीरिणां नेता ।**
આંખ જ પ્રાણીઓની માર્ગદર્શક છે.

४०३. **अपचक्षुः किं शरीरेण ।**
આંખ વગરના શરીરથી શું કરવાનું.

४०४. **नाप्सु मूत्रं कुर्यात् ।**
જળમાં પેશાબ ન કરવો.

४०५. **न नग्नो जलं प्रविशेत् ।**
નિર્વસ્ત્રથઈને જળમાં પ્રવેશ ન કરવો જોઈએ.

જેવી બુદ્ધિ હોય છે, તેવો જ વૈભવ પણ હોય છે.

૪૦૮. **अग्न्वाग्निं न निक्षिपेत ।**

અગ્નિમાં અગ્નિ ન નાખો.

૪૦૯. **तपस्विनः पूजनीया ।**

તપસ્વી પૂજનીય હોય છે.

૪૧૦. **परदारान् न गच्छेत ।**

પારકી સ્ત્રી જોડે સંભોગ ન કરવો જોઈએ.

૪૧૧. **अन्नदानं भ्रूणहत्यामपि मार्ष्टि ।**

અન્નદાન કરવાથી ભ્રૂણહત્યા જેવા પાપોમાંથી મુક્તિ મળે છે.

૪૧૨. **न वेदबाह्यो धर्मः ।**

ધર્મ વેદથી અલગ નથી.

૪૧૩. **कदाचिदपि धर्मं निषेवेत ।**

ક્યારેક તો ધર્મનું પાલન કરવું જ જોઈએ.

૪૧૪. **स्वर्गं नयति सुनृतम् ।**

સત્યનું પાલન કરવાથી સ્વર્ગ મળે છે.

૪૧૫. **नास्ति सत्यात्परं तपः ।**

સત્યથી ઉત્તમ કોઈ તપ નથી.

૪૧૬. **सत्यं स्वर्गस्य साधनम्**

સત્ય જ સ્વર્ગનું સાધન છે.

૪૧૭. **सत्येन धार्यते लोकः ।**

સત્ય દ્વારા જ સમાજમાં રહી શકાય છે.

૪૧૮. **सत्याद् देवो वर्षति ।**

સત્યથી જ દેવતા પ્રસન્ન થાય છે.

૪૧૯. **नानृतात्पातकं परम् ।**

જૂઠાણાથી મોટું કોઈ પાપ નથી.

૪૨૦. **न मीमांसयः गुरवः ।**

ગુરુઓની આલોચના (ટીકા) ન કરવી જોઈએ.

૪૨૧. **खलत्वं नोपेयात् ।**

ખરાબ વિચારોને ક્યારેય ન અપનાવો.

સામાજિક વ્યવહારમાં કમી કંગાળ મનુષ્યને દુઃખી કરે છે.

૪૨૪. **अतिशूरो दानशूरः ।**
દાનવીર જ સાચો વીર છે.

૪૨૫. **गुरुदेवब्राह्मणेषु भक्तिर्भूषणम् ।**
ગુરુ, દેવતા તથા બ્રાહ્મણો પ્રત્યે ભક્તિ જ આભૂષણ છે.

૪૨૬. **सर्वस्य भूषणं विनयः ।**
વિનય સૌનું આભૂષણ છે.

૪૨૭. **अकुलीनोऽपि विनीतः कुलीनाद्विशिष्टः ।**
વિનયી કુળવાન ન હોવા છતાં પણ કુળવાનથી શ્રેષ્ઠ છે.

૪૨૮. **आचारादायुर्वर्धते कीर्तिश्च ।**
સારા વ્યવહારથી આયુષ્ય અને કીર્તિ વધે છે.

૪૨૯. **प्रियमप्यहितं न वक्तव्यम् ।**
પ્રિય હોવા છતાં પણ હિતેચ્છી ન હોય તેની જોડે ન બોલવું જોઈએ.

૪૩૦. **बहुजनविरुद्धमेकं नानुवर्तेत् ।**
અનેકને છોડીને એકની પાછળ ન જવું.

૪૩૧. **न दुर्जनेषु भाग्धेयः कर्तव्यः ।**
દુર્જનો (ખરાબ મનુષ્ય) જોડે ક્યારેય ભાગીદારી ન કરવી જોઈએ.

૪૩૨. **न कृतार्थेषु नीचेषु सम्बन्धः ।**
નસીબદાર હોવ તેમ છતાં પણ અધમ કે પાપીઓ જોડે સંબંધ ન રાખવો.

૪૩૩. **ऋणशत्रु व्याधिर्निविशेषः कर्तव्यः ।**
ઋણ, શત્રુ તથા બીમારી (રોગ)નો ઝડપી નાશ કરવો જોઈએ.

૪૩૪. **भूत्यादुर्तनं पुरुषस्य रसायनम् ।**
ધનવાન કે પરિપૂર્ણ જીવન જીવવું જ વ્યક્તિ માટે ફાયદાકારક છે.

૪૩૫. **नार्थिष्वज्ञा कार्या ।**
માંગનારાઓનું ક્યારેય અપમાન ન કરવું જોઈએ.

૪૩૬. **दुष्करं कर्म कारयित्वा कर्तारवमवमन्यते नीचः ।**
મુશ્કેલ કામ કરાવીને પણ નીચ વ્યક્તિ કામ કરનારને અપમાનિત કરે છે.

૪૩૭. **नाकृतज्ञस्य नरकान्निवर्तनम् ।**
પાપી પુરુષ માટે નરક સિવાય કોઈ જગ્યા નથી.

જીભ વિષ અને અમૃતની ખાણ છે.

૪૪૦. **प्रियवादिनो न शत्रुः ।**

પ્રિય બોલનારનો કોઈ દુશ્મન નથી હોતો.

૪૪૧. **स्तुता अपि देवतास्तुस्यन्ति ।**

પ્રશંસા કરવાથી દેવતા પણ ખુશ થાય છે.

૪૪૨. **अनृतमपि दुर्वचनं चिरं तिष्ठति ।**

આધાર વગરના ખરાબ વચનો પણ લાંબા સમય સુધી ભૂલાતાં નથી.

૪૪૩. **राद्विष्टं न च वक्तव्यम् ।**

રાજા પર આરોપ ભરેલા શબ્દો ન બોલવા જોઈએ.

૪૪૪. **श्रुतिसुखात् कोकिलालापातुष्यन्ति ।**

સાંભળવાનું સુખ તો કોયલોની કૂહકૂહથી મળે છે.

૪૪૫. **स्वधर्महेतुः सत्पुरुषः ।**

સત્પુરુષ સ્વધર્મ માટે હોય છે.

૪૪૬. **नास्त्यर्थिनो गौरवम् ।**

ધનથી વધુ મોહ થયા પછી સન્માન નથી મળતું.

૪૪૭. **स्त्रीणां भूषणं सौभाग्यम् ।**

સૌભાગ્ય સ્ત્રીઓનો શણગાર છે.

૪૪૮. **शत्रोरपि न पातनीया वृत्तिः ।**

શત્રુની પણ આજીવિકા નષ્ટ ન કરવી જોઈએ.

૪૪૯. **अप्रयत्नोदकं क्षेत्रम् ।**

પ્રયત્ન કર્યા વગર જળનો સ્ત્રોત મળી જાય તેને જ પોતાનો કાર્યક્ષેત્ર સમજો. અર્થાત્ જ્યાં બધી વસ્તુઓ સહેલાઈથી ઉપલબ્ધ થઈ જાય.

૪૫૦. **एरण्डमवलम्व्य कुञ्जरं न कोपयेत ।**

નબળાની સહાયતા લઈને બળશાળી જોડે ટક્કર ન લેવી. એરન્ડાની મદદ લઈને હાથીને ક્રોધિત ન કરવો.

૪૫૧. **अतिप्रवृद्धा शाल्मली वारणस्तम्भो न भवति ।**

બહુ જૂનું સાલ વૃક્ષ હાથીનો ખભો નથી હોતો.

૪૫૨. **अतिदीर्घोपि कर्णिकारी न मुसली**

કરેણનું વૃક્ષ બહુ મોટું હોય તો પણ મુસળ બનાવવાના કામમાં નથી આવતું.

નિપુણતા જરુરી નથી કે સારા ગુણોના કારણ છે.

૪૫૫. **सुजीर्णोऽपि पिचमुन्दो न शकुलायते ।**
બહુ જૂનો લીમડો પણ સરોતાકેસૂડી ના બની શકે.

૪૫૬. **यथाबीजं तथा निष्पत्तिः ।**
જેવું બી તેવું જ કાર્ય.

૪૫૭. **यथा श्रृणुतं तथा बुद्धिः ।**
જેવું સાંભળો છો તેવી જ બુદ્ધિ બની જાય છે.

૪૫૮. **यथा कुलं तथाऽऽचारः ।**
જેવું કુળ હોય છે, તેવું જ ચારિત્ર્ય હોય છે.

૪૫૯. **संस्कृत पिचमन्दो सहकारनवति ।**
પાકેલો લીમડો આગ નથી બનતો.

૪૬૦. **न चागतं सुखं त्यजेत् ।**
આવેલા સુખનો પરિત્યાગ ન કરવો જોઈએ.

૪૬૧. **स्वयमेव दुःखमधिगच्छति ।**
મનુષ્ય જાતે જ દુઃખોને બોલાવે (આમંત્રે) છે.

૪૬૨. **रात्रि चारणं न कुयति ।**
રાત્રિના સમયે નકામા ન ફરવું.

૪૬૩. **न चार्ध रात्रं स्वपेत ।**
અડધી રાત્રિએ ના સૂવું.

૪૬૪. **तद्विद्वदिम परीक्षेत ।**
વિદ્વાનો સમક્ષ બ્રહ્મની ચર્ચા કરો.

૪૬૫. **पर गृहं कारण न प्रविशेत् ।**
બીજાના ઘરમાં કારણ વગર ન જાઓ.

૪૬૬. **ज्ञात्वापि दोषमेव करोति लोकः ।**
લોકો જાણી જોઈને ગુનો કરે છે.

૪૬૭. **शास्त्रप्रधाना लोकवृत्तिः ।**
લોકવ્યવહાર શાસ્ત્ર પ્રધાન છે.

૪૬૮. **शास्त्राभावे शिष्टाचारमनुगच्छेत् ।**
શાસ્ત્રના અભાવમાં શિષ્ટાચારનું પાલન કરવું જોઈએ.

પોતાના વિવેક તથા જાસૂસો દ્વારા રાજા દૂરની વસ્તુને પણ જુએ છે.

૪૭૧. **गतानुगतिको लोको ।**

એકબીજાના દેખાદેખી લોકો પોતાનો વ્યવહાર કરે છે.

૪૭૨. **यमनुजीवेत्तं नापवदेत् ।**

જેના પર આધીન હોવ, તેની નિંદા ન કરવી જોઈએ.

૪૭૩. **तपः सारः इन्द्रियनिग्रहः ।**

ઇન્દ્રિયોને વશમાં રાખવું એ જ તપનો સાર છે.

૪૭૪. **दुर्लभः स्त्रीबन्धनान्मोक्षः ।**

સ્રીઓના મોહમાં જ રહેવાથી મોક્ષ નથી મળતો.

૪૭૫. **स्त्रीनामं सर्वाशुभानां क्षेत्रम् ।**

સ્રીઓ બધી બુરાઈઓનું મૂળ છે.

૪૭૬. **न च स्त्रीणां पुरुष परीक्षा ।**

સ્રી પુરુષના ગુણોની પરીક્ષા નથી કરી શકતી.

૪૭૭. **स्त्रीणां मनः क्षणिकम् ।**

સ્રીઓનું મન બહુ ચંચળ હોય છે.

૪૭૮. **अशुभ द्वेषिणः स्त्रीषु न प्रसक्ता ।**

ખરાબ કર્મોથી દૂર રહેનાર પુરુષ સ્રીઓના ફેરામાં નથી પડતાં.

૪૭૯. **यशफलज्ञास्त्रिवेदविदः ।**

ત્રણે વેદોને જાણનાર જ યજ્ઞના મહત્ત્વ તથા પરિણામને જાણે છે.

૪૮૦. **स्वर्गस्थानं न शाश्वततं यावत्पुण्य फलम् ।**

સ્વર્ગ સ્થાન સદાય નથી.

૪૮૧. **न च स्वर्ग पतनात्परं दुःखम् ।**

સ્વર્ગથી પતન થાય ત્યારે અસાધારણ દુઃખ થાય છે.

૪૮૨. **देही देहं त्यक्त्वा एन्द्रपदं न वाञ्छति ।**

પ્રાણી શરીરને છોડીને ઇન્દ્રપદ પણ નથી ઇચ્છતો.

૪૮૩. **दुःखानामौषधं निर्वाणम् ।**

દુઃખોની ઔષધિ મોક્ષ છે.

अनार्यसम्बन्धात् वरमार्यशत्रुता ।

४८६. **न पुत्रसंस्पर्शात् परं सुखम् ।**
પુત્ર સ્પર્શથી મોટું કોઈ સુખ નથી.

४८७. **विवादे धर्ममनुस्मरेत् ।**
ઝઘડામાં ધર્મનું સ્મરણ કરવું જોઈએ.

४८८. **निशान्ते कार्यं चिन्तयेत् ।**
રાત્રિના અંતમાં એટલે કે પરોઢિયે દૈનિક કાર્યો પર વિચાર કરવો જોઈએ.

४८९. **प्रदोषे न संयोगः कर्तव्यः ।**
પરોઢિયે સંભોગ ન કરવો જોઈએ.

४९०. **उपस्थित विनाशो दुर्नयं मन्यते ।**
જેનો વિનાશ થાય છે, તે અન્યાય પર ઉતરી આવે છે.

४९१. **क्षीरार्थिनः किं करिष्यः ।**
દૂધની ઇચ્છા રાખનાર હાથણીથી શું કરી શકે ?

४९२. **न दानसमं वश्यं वश्यम ।**
દાન સમાન કોઈ ઉપકાર નથી.

४९३. **पराय तेषत्कण्ठा न कुर्यात् ।**
બીજાના હાથમાં જતી રહેલી વસ્તુને પ્રાપ્ત કરવા માટે ઉતાવળ ન કરો.

४९४. **असत्समृद्धिरसद्भिरेव भुज्येत ।**
ખરાબ રીતે કમાયેલું ધન ખરાબ લોકો દ્વારા જ ભોગાય છે.

४९५. **निम्बफलं काकैरेव भुज्यते ।**
લીમડાનું ફળ કાગડા દ્વારા ખાવામાં આવે છે.

४९६. **नाम्भोधिस्तृष्ममाश्रयन्ते ।**
સાગર તરસ નથી બુઝાવતો.

४९७. **बालुका अपि स्वगुणमाश्रयन्ते ।**
રેતી પણ પોતાના ગુણનું અનુસરણ કરે છે.

४९८. **सन्तोऽसत्सु न रमन्ते ।**
સંતોને અસંતોની વચ્ચે આનંદ નથી મળતો.

४९९. **न हंसः प्रेतवने रमन्ते ।**
હંસોને મસાણમાં સારું નથી લાગતું.

૫૦૧. **आशया बध्यते लोकः ।**
સંસાર આશાથી બંધાય છે.

૫૦૨. **न चाशापरेः श्री सह तिष्ठति ।**
ફક્ત આશા રાખનારા પાસે લક્ષ્મી નથી રોકાતી.

૫૦૩. **आशापरे न धैर्यम् ।**
વધુ આશાવાળા હોવા માત્રથી ધૈર્યવાન ન બની શકાય.

૫૦૪. **दैन्यान्भरणमुत्तमम् ।**
ગરીબીથી મૃત્યુ સારું છે.

૫૦૫. **आशा लज्जां व्यपोहति ।**
આશા લાજને દૂર કરી દે છે.

૫૦૬. **न मात्रा सह वासः कर्तव्यः ।**
એકાંતમાં માતા સાથે પણ ન રહેવું.

૫૦૭. **आत्मा न स्तोत्वयः ।**
પોતાની પ્રશંસા ન કરવી જોઈએ.

૫૦૮. **न दिवा स्वप्नं कुर्यात् ।**
દિવસમાં ઊંઘવું ન જોઈએ.

૫૦૯. **न चासन्नमपि पश्येत्यैश्वर्यान्ध न ऋणोतीष्टं वाक्यम् ।**
ધનથી આંધળો વ્યક્તિ જ્ઞાનીઓની વાત નથી સાંભળતો.

૫૧૦. **स्त्रीणां न भर्तुः परं दैवतम् ।**
પતિ જ સ્ત્રીઓનો મુખ્ય દેવતા છે.

૫૧૧. **तदनुवर्तनमुभयसुखम् ।**
પતિને અનુકૂળ વ્યવહાર કરવાથી બંનેને સુખી રાખે છે.

૫૧૨. **अतिथिमभ्यागतं पूजये यथाविधिः ।**
ઘરે આવેલા અતિથિને જેટલું થઈ શકે એટલું સન્માન આપવું જોઈએ.

૫૧૩. **नास्ति हव्यस्य व्याघातः ।**
યજ્ઞમાં હોમેલી હવન સામગ્રી ક્યારેય નકામી નથી જતી.

૫૧૪. **शत्रुर्मित्रवत् प्रतिभाति ।**
બુદ્ધિ ભ્રષ્ટ થાય ત્યારે શત્રુ મિત્ર જેવો દેખાવા લાગે છે.

બુદ્ધિ વગરનાઓને નકામી શિક્ષા આપનારા પુસ્તકો સારા લાગે છે.

૫૧૭. **सत्संगः स्वर्गवासः ।**

સત્સંગ સ્વર્ગમાં રહેવા સમાન છે.

૫૧૮. **आर्यः स्वमिव परं मन्यते ।**

શ્રેષ્ઠ લોકો બીજાને પણ પોતાના જ સમાન માને છે.

૫૧૯. **रूपानुवर्ती गुणः ।**

ગુણ રૂપના જ અનુસાર હોય છે.

૫૨૦. **यत्र सुखेन वर्तते देव स्थानम् ।**

જ્યાં સુખ મળે તે જ સારી જગ્યા છે.

૫૨૧. **विश्वासघातिनो न निष्कृतिः ।**

વિશ્વાસઘાતીની મુક્તિ ક્યારેય નથી થતી.

૫૨૨. **दैवायत्तं न शोचयेत ।**

દુર્ભાગ્ય પર દુઃખ ન કરવું જોઈએ.

૫૨૩. **आश्रित दुःखमात्मन इव मन्यते साधुः ।**

સજ્જન બીજાના દુઃખોને પોતાના જ જેવા માને છે.

૫૨૪. **हृद्गतमाच्छाद्यान्यद् वदत्यनार्यः ।**

અધમ વ્યક્તિ હૃદયમાં રહેલી વાતને છુપાવી રાખીને કંઇ બીજું જ બોલે છે.

૫૨૫. **बुद्धहीनः पिशाच तुल्यः ।**

બુદ્ધિ વગરનો વ્યક્તિ પિશાચની સમાન હોય છે.

૫૨૬. **असहायः पथि न गच्छेत् ।**

માર્ગમાં એકલા ન જવું જોઈએ.

૫૨૭. **पुत्रो न स्तोतव्यः ।**

પુત્રની પ્રશંસા ન કરવી જોઈએ.

૫૨૮. **स्वामी स्तोतव्योऽनुजीविभिः ।**

સેવકોએ સ્વામીની પ્રશંસા કરવી જોઈએ.

૫૨૯. **धर्मकृत्येष्वपि स्वामिन एवं घोषयेत् ।**

ધાર્મિક કાર્યોમાં પણ સ્વામીને જ શ્રેય આપવો જોઈએ.

૫૩૦. **राजाज्ञां नातिलंघेत् ।**

રાજાની આજ્ઞાનું ઉલ્લંઘન ન કરવું જોઈએ.

બુદ્ધિશાળીનો કોઈ શત્રુ નથી હોતો.

૫૩૩. **आत्मछिद्रं न प्रकाशयेत् ।**
પોતાની કોઈ ગુપ્ત વાત ક્યારેય જાહેર ન કરવી.

૫૩૪. **क्षमानेव सर्वं साधयति ।**
ક્ષમાવાન વ્યક્તિ પોતાની પ્રશંસા પ્રાપ્ત કરી લે છે.

૫૩૫. **आपदर्थ धनं रक्षेत् ।**
આપત્તિથી બચવા માટે ધનની રક્ષા કરો.

૫૩૬. **साहसवतां प्रियं कर्तव्यम् ।**
સાહસી વ્યક્તિઓને કાર્ય પ્રિય હોય છે.

૫૩૭. **श्व कार्यमद्य कुर्वीत् ।**
કાલનું કામ આજે જ કરી લેવું જોઈએ.

૫૩૮. **आपराह्निकं पूर्वाहत एवं कर्तव्यम् ।**
બપોરનું કાર્ય પરોઢિયે જ કરી લો.

૫૩૯. **व्यवहारानुलोभो धर्मः ।**
વ્યવહાર પ્રમાણે જ ધર્મ છે.

૫૪૦. **सर्वज्ञता लोकज्ञता ।**
જે સંસારિકતાનો અનુભવીય જ્ઞાત થાય છે, એ જ સર્વત્ર થાય છે.

૫૪૧. **शास्त्रोऽपि लोकज्ञो मूर्ख तुल्यः ।**
શાસ્ત્રને જાણનાર જો લોકવ્યવહાર નથી જાણતો તો તે મૂર્ખ સમાન હોય છે.

૫૪૨. **शास्त्र प्रयोजनं तत्त्व दर्शनम् ।**
સમગ્ર વસ્તુઓનું યથાર્થ જ્ઞાન કરાવવું જ શાસ્ત્રનો ઉદ્દેશ્ય હોય છે.

૫૪૩. **तत्त्वज्ञानं कार्यमेव प्रकाशयति ।**
કાર્ય જ તત્ત્વજ્ઞાન માર્ગ પ્રકાશિત કરે છે.

૫૪૪. **व्यवहारे पक्षपाते न कार्यः ।**
વ્યવહારમાં ભેદભાવ ન કરવો જોઈએ.

૫૪૫. **धर्मादपि व्यवहारो गरीयान् ।**
ધર્મથી પણ મોટો વ્યવહાર છે.

આત્મા સર્વસાક્ષી છે.

૫૪૮. **न स्यात् कूटसाक्षी ।**

જૂઠ્ઠા સાક્ષી ન હોવા જોઈએ.

૫૪૯. **कूटसाक्षिणो नरके पतन्ति ।**

જૂઠ્ઠા સાક્ષી બનનાર નરકમાં જાય છે.

૫૫૦. **प्रच्छन्नपापानां साक्षिणो महाभूतानि ।**

છુપાઈને કરેલા પાપોના પંચ મહાભૂત છે.

૫૫૧. **आत्मनः पापमात्मैव प्रकाशयति ।**

પોતાના કરેલા પાપોને વ્યક્તિનો આત્મા જણાવી દે છે.

૫૫૨. **व्यवहारेऽन्तर्गतमाचारः सूचयति ।**

વ્યવહારથી જ આચરણ જાણી શકાય છે.

૫૫૩. **आकारसंवरणं देवानामशक्यम् ।**

આચરણ મુજબ જ મુખમંડળ બની જાય છે.

૫૫૪. **चोर राजपुरुषेभ्यो दित्तं रक्षते ।**

ચોરો તથા રાજપુરુષોથી પોતાના ધનની રક્ષા કરો.

૫૫૫. **दुर्दर्शना हि राजानः प्रजाः नाशयन्ति ।**

પોતાની પ્રજાની ખબર અંતર ન લેનારો રાજા પ્રજાને નષ્ટ કરી દે છે.

૫૫૬. **सुदर्शना हि राजानः प्रजाः रञ्जयन्ति ।**

પ્રજાની ખબર અંતર રાખનારો રાજા પ્રજાને પ્રસન્ન રાખે છે.

૫૫૭. **न्याययुक्तं राजानं मातरं मन्यते प्रजाः ।**

ન્યાયી રાજાને પ્રજા માતા સમજે છે.

૫૫૮. **तादृशः स राजा इह सुखं ततः स्वर्गमाप्नोति ।**

પ્રજાનો ખ્યાલ રાખનાર રાજા આ લોકમાં સુખ ભોગવીને સ્વર્ગ પ્રાપ્ત કરે છે.

૫૫૯. **अहिंसा लक्षणो धर्मः ।**

અહીંસા જ ધર્મનું લક્ષણ છે.

૫૬૦. **शरीराणाम् एव पर शरीरं मन्यते साधुः ।**

સાધુ પુરુષ પોતાના શરીરને બીજાની ભલાઈમાં લગાવી દે છે.

જ્ઞાનીઓને સંસારનો ભય નથી હોતો.

૫૬૩. **विज्ञान दीपेन संसार भयं निवर्तते ।**

વિજ્ઞાનના દીવાથી સંસારનો ભય લાગી જાય છે.

૫૬૪. **सर्वमनित्यं भवति ।**

બધું જ નશ્વર છે.

૫૬૫. **कृमिशकृन्मूत्रभाजनं शरीरं पुण्यपपजन्महेतुः ।**

પાપ પુણ્યનો હેતુ શરીર કૃમિ, મળ-મૂત્રનું પાત્ર છે.

૫૬૬. **जन्ममरणादिषु दुःखमेव ।**

જન્મ-મરણ વગેરેમાં દુઃખ જ છે.

૫૬૭. **सतेभ्यस्तुर्तुं प्रयतेत ।**

આથી જન્મ-મૃત્યુથી પાર થવાનો પ્રયત્ન કરવો જોઈએ.

૫૬૮. **तपसा स्वर्गमाप्नोति ।**

તપથી સ્વર્ગ પ્રાપ્ત થાય છે.

૫૬૯. **क्षमायुक्तस्य तपो विवर्धते ।**

માફ કરનારનું તપ વધે છે.

૫૭૦. **सक्ष्मात् सर्वेषां कार्यसिद्धिर्भवति ।**

માફ કરવાથી બધાં જ કાર્યોમાં સફળતા મળે છે.

★★★